चित्र आणि चेहरा

चित्र आणि चेहरा

प्रसाद नातु

MANIUL

मंजुल पब्लिशिंग हाउस

First published in India by

Manjul Publishing House

Pune Editorial Office
•Flat No. 1, 1ˢᵗ Floor, Samartha apartment, 1031,
Tilak Road, Pune – 411 002

Corporate and Editorial Office
• 2 Floor, Usha Preet Complex,
42 Malviya Nagar, Bhopal 462 003 – India

Sales and Marketing Office
•C-16, Sector 3, Noida, Uttar Pradesh 201301, India
Website: www.manjulindia.com

Distribution Centres
Ahmedabad, Bengaluru, Bhopal, Kolkata, Chennai,
Hyderabad, Mumbai, New Delhi, Pune

Chitra ani Chehara by *Prasad Natoo* – Marathi Edition

Copyright © Prasad Natoo

This Marathi edition first published in 2021

ISBN 978-93-5543-022-9

Cover Design: Gajanan Yadav

अनुक्रमणिका

प्रस्तावना

निमित्त – चित्र आणि चेहरा

'दृश्य-अदृश्य' आणि 'सुनयना' या कथासंग्रहांपाठोपाठ श्री. नातु यांचा 'चित्र आणि चेहरा' हा तिसरा कथासंग्रह अगदी पाठोपाठ म्हणावा इतक्या कमी काळात प्रकाशित होत आहे याचं खूप कौतुक वाटतं.

लेखन म्हणजे सर्जनशीलता, नवनिर्मिती; त्यासाठी अत्यावश्यक असते मनाची तरलता. एखाद्या उत्कट क्षणी कागदावर लेखणी जरी झरझर उमटू लागली तरी कित्येकदा त्यासाठी अबोध मनाच्या पातळीवर फार मोठी तयारी होत असते, आपल्याही नकळत. 'युरेका' क्षण जरी अचानक समोर उभा ठाकत असला तरी त्यासाठी विचारमंथन कैक काळ सुरू असतं, जाणीव आणि नेणिवेच्या पातळीवर. ते जेव्हा प्रत्यक्षात साकारतं तेव्हा कुठे आपल्या लक्षात येतं, त्यामुळेच हे अगदी नक्की की, श्री. नातु यांचा आठ कथांचा हा संग्रह अल्पावधीत छापील स्वरूपात उपलब्ध होत असला तरी प्रत्येक कथेची सखोलता आणि व्याप्ती पाहता त्यांच्या मनात गेले कित्येक दिवस किंवा वर्षंसुद्धा सर्वच कथा रेंगाळत असाव्यात.

'चित्र आणि चेहरा' ही सलामीची कथा फारच वेगळ्या अंगाने ही मांडली आहे. एका तरुण आर्किटेक्टला चित्र काढणं अतीव आवडत असतं. त्या आवडीतून तो काही जोडप्यांना बाळांची चित्रं काढून देतो आणि सुरू होते एक धम्माल घटना-मालिका. एका छानशा गमतीदार कथेतून प्रत्येकाच्या ठायी असलेल्या तीव्र मनःशक्तीची नव्याने जाणीव होते.

जोडप्यामध्ये एक जण 'दुराग्रही' असेल तर संसार म्हणजे अत्याचार होऊ शकतो. कदाचित, दुसऱ्या, सौम्य स्वभावाच्या जोडीदाराचं विचारस्वातंत्र्य सीमित

होत त्याचा जगण्यातला रस संपू शकतो. जगण्यातली रुची संपलेल्या अशा एका स्त्रीने स्वतःच्या दुबळेपणावर मात करत जीवनाला कशी सुरेख कलाटणी दिली हे आपल्याला दुसऱ्या कथेत दिसतं.

'नंदिनी'ची कथा फारच वेगळ्या बाजात आपल्या समोर येते. त्याची खुमारी प्रत्यक्ष वाचण्यातून अनुभवणं अधिक योग्य ठरेल. 'अशी ही प्रेमकहाणी'मध्ये चाळीस वर्षांपूर्वी एकमेकांच्या प्रेमात पडूनही लग्न न करू शकलेले प्रसन्न आणि शुभांगी वृद्धाश्रमात पुन्हा समोरासमोर येतात. 'पुरुषी अहंकार' ही कथा अगदी अनपेक्षित अशा वळणाने पुढे जाते. 'गुंता' ही थोडी डिटेक्टिव्ह वाटावी अशी कथा आहे. 'थँक यू शरद'मध्ये इतरांच्या संवादातून मुख्य पात्राची ओळख करून देण्याचं तंत्र उत्तमरीत्या वापरलं आहे. 'दैनिक पहाट' ही शेवटची कथा खूप मुद्देसूदरीत्या मांडली आहे.

लेखकाची भाषा कुठेही अवास्तव लफ्फेदार नाही. अगदी रोजच्या जगण्यातले शब्द त्यांच्या व्यक्तिरेखांच्या संवादात येतात, कधी हिंदी-इंग्लिशची सरमिसळ असते, त्यामुळे सगळ्या कथा आपल्या वाटतात. असंही वाटतं की, हे सगळं आपल्या आजूबाजूला कधीतरी घडून गेलेलं असू शकतं; पण ते शब्दबद्ध करणं काही आपल्याला जमलेलं नाही; अर्थात, त्याला पाहिजेत जातीचे...

बँकिंग-तज्ज्ञ असणाऱ्या लेखकाचा अनेक विषयांचा अभ्यास दांडगा दिसतो. त्यांना मानसशास्त्राची छान जाण दिसते. संमोहनासारखा विषय ते लीलया हाताळतात. मजा म्हणजे बदलीच्या निमित्ताने अनेक गावांत आणि शहरांत राहण्याची जी संधी त्यांना मिळाली, तिचा पुरेपूर वापर ते प्रत्येक कथेची वातावरणनिर्मिती करण्यासाठी चपखलपणे करून घेतात, त्यामुळेच घरबसल्या आपल्याला अनेक ठिकाणं पाहता येतात.

कुठेही डोक्याला ताप न देणाऱ्या या हलक्याफुलक्या कथा अगदी सहज मनोरंजन करतात. पुस्तक वाचायला घेतल्यावर पूर्ण केल्याशिवाय खाली ठेवावंसं वाटत नाही, हेच या पुस्तकाचं यश आहे.

श्री. नातु यांना विविध साहित्यकृती यशस्वीपणे शब्दबद्ध करण्यासाठी अनेकानेक शुभेच्छा.

– शुचिता नांदापूरकर-फडके

लेखकाचे मनोगत

मागच्या वर्षी ३१ मार्चला बँक ऑफ इंडियातून सेवानिवृत्त झाल्यावर माझा विचार असा झाला होता की, बँकिंग क्षेत्रातच पुढे काही करावे; पण कोरोना सर्व दूर व्यापला होता. घरातून बाहेर निघणे कठीण झाले होते. त्या काळात मी बँकेच्या क्वार्टरमधून घरी शिफ्ट होणार होतो, तेव्हा घरातला पसारा आवरताना, मी आधी लिहिलेल्या; पण अर्धवट राहिलेल्या कथांची वही सापडली आणि आयुष्याला कलाटणी मिळाली.

नोव्हेंबर, २०२०ला 'दृश्य-अदृश्य' हा माझा पहिला कथासंग्रह प्रकाशित झाला. फार पूर्वीपासून माझ्या मनात असे होते की, भूत हे शक्यतो वाईट असेच रंगविले जाते. माझ्या मते जर भूत अस्तित्वात असेलच, तर चांगल्या व्यक्तीचे भूत हे चांगले काम करू शकते आणि त्याच्यात जी असाधारण शक्ती असते तिचा वापर करून ते कठीण समस्यादेखील सोडवू शकते. अशी मध्यवर्ती कल्पना ठेवून यातील काही कथा लिहिल्या. यात दृश्य शक्ती अर्थात मानवाने सोडविलेल्या काही कथांचाही अंतर्भाव होता म्हणून त्याचे नाव 'दृश्य-अदृश्य' ठेवले.

दुसरा कथासंग्रह 'सुनयना'चे प्रकाशन ७ मार्च, २०२१ला बँक ऑफ इंडिया, जनरल मॅनेजर श्री. एम. डी. कुलकर्णी यांच्या हस्ते संपन्न झाला. या वेळेस सुप्रसिद्ध अनुवादिका श्रीमती डॉ. शुचिता नांदापूरकर-फडके या प्रमुख पाहुण्या म्हणून उपस्थित होत्या. त्यांनी या कथासंग्रहाचे खूप सुंदर परीक्षण केले. या कथासंग्रहातदेखील काही दृश्य आणि काही अदृश्य शक्तींच्या मदतीने, मी समस्यांची सोडवणूक केलेली कथिली होती.

आता वर्षभरात 'चित्र आणि चेहरा' हा तिसरा कथासंग्रह मी वाचकांच्या भेटीला घेऊन येत आहे. यात एकूण आठ कथांचा अंतर्भाव आहे. कथांबद्दल प्रस्तावनेत उल्लेख आलेलाच आहे.

या कथासंग्रहाला प्रसिद्ध अनुवादिका आणि लेखिका डॉ. शुचिता नांदापूरकर-फडके यांनी प्रस्तावना दिली आहे. खूप छान आणि समर्पक शब्दांत त्यांनी प्रस्तावना लिहून दिली. माझ्यासारख्या नवोदित लेखकास त्यांची प्रस्तावना लाभली यासारखे दुसरे भाग्य नाही. मी त्यांचा खूप आभारी आहे, तसेच मंजुल प्रकाशन आणि त्यांचे संपादक श्री. चेतन कोळी यांनी माझा कथासंग्रह प्रकाशित करण्यास सहमती दर्शविली, याबद्दल मी त्यांचा आभारी आहे, तसेच माझी पत्नी सौ. भावना हिचे सततचे प्रोत्साहनदेखील मला हा तिसरा कथासंग्रह इतक्या अल्पावधीत प्रदर्शित करण्यास कारण ठरले. तिचेही आभार.

हा कथासंग्रह आपल्याला निश्चितपणे आवडेल याची खात्री आहे.

१३ मे, २०२१

प्रसाद नातु, पुणे
मो. ८८८८९८५८९

माझे दोन दैवत
माझी आई स्व. प्रभावती कृष्णराव नातु
आणि माझे वडील स्व. कृष्णराव शंकरराव नातु यांना
मी हा कथासंग्रह अर्पण करीत आहे.
आणि
शेगावचे संत श्री गजानन महाराजांच्या चरणी अर्पण करीत आहे.

चित्र आणि चेहरा

संदीप बी.आर्च झालेला होता. त्याला ड्रॉइंग हा विषय होता; पण ते इंजिनियरिंग ड्रॉइंग या संकल्पनेत मोडणारं ड्रॉइंग होतं; ज्यात घरं, बंगले, बिल्डिंग, कारखाने, मोठ्या इमारती यांची चित्रं काढावी लागतं असतं. त्याला खरं तर या गोष्टीचा थोडा कंटाळा आला होता. कारण, यांत जिवंतपणा असा काहीच नव्हता. यांपासून थोडे वेगळे काही तरी करायचे त्याने ठरवले होते; पण कायं करावं हे सुचतं नव्हतं. त्याचे तसे ड्रॉइंग खूप चांगले होते. व्यक्तिगत चित्र, देव–देवतांची चित्र, निसर्ग चित्र हे सारे त्याला खूप छान जमायचं; पण हा पोटापाण्याचा व्यवसाय होऊ शकत नाही, हे त्याला माहीत होतं म्हणून त्याने आर्किटेक्ट फर्म सोबतच, एक फोटो स्टुडिओ काढायचे ठरवले. त्याप्रमाणे त्याने २६ जानेवारीला आपला स्टुडिओ सुरू केला. तो कॅमेराचा खूप छान वापर करून, फोटो काढून देऊ शकत होता; पण त्यासोबत कोणी विनंती केली, तर तो स्वतः हातानेदेखील चित्र काढून द्यायला तयार होता. त्याने हाताने चित्र काढायचे, जास्त पैसे घ्यायचे ठरविले होते. कारण, त्याला अधिक मेहनत लागणार होती आणि वेळदेखील.

असेच एकदा एक तरुण जोडपे त्याच्या फोटो स्टुडिओमध्ये आले. त्यांनी त्याला विचारलं, ''तुम्ही बाळाचा फोटो काढून देऊ शकता का? आम्हाला आमच्या घरात लावायचा आहे.''

''हो काढून देईन ना; पण त्याचे पैसे जरा जास्त पडतील आणि जरा वेळ लागेल त्यासाठी.''

त्या जोडप्यातील स्त्री म्हणाली, ''काही हरकत नाही, आम्हाला काही घाई नाही.''

''तुम्हाला थोडे माझ्यासोबत बसावं लागेल.''

''थोडे बसावं लागेल? का पण? मला कळलं नाही?'' त्या जोडप्यातील ती स्त्री म्हणाली.

''काय आहे मी थोडा मानसशास्त्र या विषयाचासुद्धा अभ्यास केला आहे. तुम्हाला नेमका कसा फोटो हवा आहे, हे मी विचारेन आणि त्याप्रमाणे फोटो काढून देईन.''

''चालेल... मग केव्हा बसायचे.''

''आजच बसू या ना. फक्त थोडा वेळ मी माझं अर्धवट राहिलेलं काम उरकून घेतो. मग आपण बसू या.''

बऱ्याच दिवसांनी पहिल्यांदाच संदीपकडे त्याच्या आवडीचं एक काम आलं होतं.त्याला एका बंगल्याचा front view, elevation view आणि नकाशा वगैरे संपवायचं होतं. ते त्याने संपवलं आणि मग तो त्या दोघांना म्हणाला, ''चला स्टुडिओत जाऊन बसून या.'' मग त्या दोघांना फोटो कसा हवा आहे, ते विचारलं म्हणजे बाळं बसलेलं हवं की पालथं वगैरे आणि मग म्हणाला, ''ठीक आहे, आज सोमवार आहे. तुम्ही गुरुवारकडे या आणि फोटो घेऊन जा; पण फोटोचे हजार रुपये पडतील.''

त्या जोडप्यातील तो तरुण म्हणाला, ''ठीक आहे, चालेल. येतो आम्ही गुरुवारी.'' त्याप्रमाणे त्याने गुरुवारी त्या दोघांना फोटो तयार करून दिला. फोटो देताना, त्या फोटोची तारीख लिहायला तो विसरला नाही, तसेच रजिस्टरमध्ये तारीख, त्यांचे नाव, मोबाईल नंबर आणि फोटोची किंमत लिहून घ्यायलादेखील तो विसरला नाही. हिशोबाच्या दृष्टीने आणि मुख्य म्हणजे हाताने किती चित्रं काढलीत याचा हिशोब ठेवता येईल म्हणून तो असे करीत असे. बाळाचा त्याने तयार केलेला हा पहिलाच फोटो होता. कर्णोपकर्णी लोकांच्या ही गोष्ट गेली की, अपेक्षा स्टुडिओमध्ये बाळाचा हाताने काढलेला फोटो मिळतो, त्यामुळे गेल्या सात-आठ महिन्यांतच संदीपकडे भरपूर जोडपी आली आणि चित्रं काढून घेऊन गेली. या सात-आठ महिन्यांत त्यांने भरपूर कमाई करून घेतली होती.

असाच एक दिवस तो स्टुडिओमध्ये एका घराचा नकाशा काढत बसला होता. एका जोडप्याने त्याच्या स्टुडिओमध्ये प्रवेश केला. ते जोडपे आधी कधी येऊन गेल्याचं त्याला आठवलं. त्या स्त्रीच्या हातात दोन महिन्यांचं बाळ असावं. त्या तरुणाच्या हातात त्यानं काढून दिलेलं चित्र होतं. त्याने त्याचं रजिस्टर उघडलं. त्याला आठवतं होतं की, त्याने सगळ्यात पहिला फोटो या जोडप्याला दिला होता. ''सुभाष आणि संगीता सूर्यवंशी हो ना?''

''बरोबर; पण तुम्ही कसं ओळखलंत?''

''पहिलं चित्रं मी तुमच्यासाठी काढलं होतं.''

''अच्छा.'' आणि मग थोडासा राग दाखवत, त्या तरुणाने बाळाचं काढलेलं चित्रं जोरात टेबलवर ठेवलं. ''हेच ना तुम्ही काढलेलं चित्रं.''

''हो, काही चुकलं का?''

''हेच ना, तुम्ही काढलेलं चित्रं आणि हे बघा बाळ.'' त्याने बाळाच्या चेहऱ्यावरून दुपटे दूर करीत म्हटले, ''बघा बाळाचं तुम्ही काढून दिलेलं चित्र आणि हा बाळाचा चेहरा...'' आणि मग हसत हसत तो म्हणाला, ''चित्रकार नाही, तुम्ही जादूगार आहात. परमेश्वराने चितारलेलं चित्र तुम्ही आधीच कसे रेखाटलेत.''

''माय गॉड! खरंच की हो, माझा विश्वास बसतं नाही या गोष्टीवर,'' संदीप.

''चित्रकार महाशय, हे घ्या पेढे आणि दोन हजार रुपये, बक्षीस तुमचे.''

''अहो कशाला, यात माझं काय कर्तृत्व, देवाची लीला अगाध आहे.''

''असेल देवाची लीला अगाध; पण आम्हाला देवाच्या आधी तुम्ही आमच्या बाळाचे रूप दाखवलंत. ठेवा हे रु.२०००. बरं येतो आता आम्ही,'' त्या जोडप्यातील ती स्त्री संगीता म्हणाली. संदीप म्हणाला, ''थांबा एक snap घेतो. भाऊ तुम्ही ते मी काढलेलं बाळाचं चित्रं एका हातात धरा आणि वहिनी तुम्ही बाळाला धरा. दोघेही आले पाहिजेत. मी फ्रेम करून लावेन स्टुडिओत.'' त्याचे आभार मानून ते जोडपे निघून गेले.

२-३ दिवस तरी संदीपच्या मनातून ते चित्र आणि बाळाचा चेहरा हा विषय जाईना.एकदा तो असाच स्टुडिओत विचार करत बसलेला असताना, त्याचा मित्र संजय तिथे येऊन पोहोचला. संदीपला कसल्या तरी विचारात बघून तो म्हणाला, ''काय रे संदीप, कसला एवढा विचार करतोस? काय झाल?''

''काही नाही रे. तुला आठवतं आहे का मी एका तरुण जोडप्याला बाळाचे चित्र काढून दिले होते. ते जोडपे येऊन गेले आज.''

''मग काय झालं. अजून एखादे पाहिजे म्हणाले का?''

''नाही रे, बाळाला सोबत घेऊन आले होते.''

''तुला दाखवायला? डॉक्टरकडे जाता जाता आले का?''

''अरे, ऐकशील तर सांगेन ना.''

''बरं बरं सांग.''

''त्यांनी मी काढलेलं बाळाचं चित्र आणलं होतं आणि बाळालाही आणलं होतं आणि काय आश्चर्य त्या चित्रातलं बाळ आणि त्यांच्या बाळाचा चेहरा अगदी सेम टू सेम.''

''कायं सांगतोस! खरं का? फोटो काढून ठेवला आहेस की नाही? का विसरलास?''

''नाही विसरेन कसा, त्याच दिवशी फोटो काढला आणि फ्रेम करून लावला आहे. तो बघ.''

संदीप लगेच त्या फ्रेमकडे धावला. तो दहा वेळा निरखून निरखून पाहत होता. त्याने एक-दोन वेळा डोळे चोळले. मग चश्मा काढून रुमालाने पुसला. ''सॉलिड यार. च्यायला हुबेहूब तसाच आहे मुलगा चित्रातल्या सारखा. कसं जमलं रे तुला?''

''काही नाही रे, होतात कधी कधी अशा गोष्टी. पुन्हा कुणाच्या बाबतीत घडलं तरं खरं.''

दोघेही निवांत गप्पा मारत बसलेले असताना, एक तरुण जोडपे स्टुडिओच्या पायऱ्या चढताना दिसले. त्यांच्या सोबत एक ४-५ वर्षांचा मुलगा आणि एक तान्हे बाळ होते. तसे संजय म्हणाला, ''अरे संदीप पुन्हा एक जोडपे,'' तो असे म्हणत आहे. तोपर्यंत ते जोडपे स्टुडिओच्या दारात येऊन उभे राहिले, ''संदीप सर.''

''हा बोला.''

''काही नाही, बर्फी द्यायला आलोय. तुम्ही मुलीचे चित्रं काढून दिलेत. आम्हाला मुलगीच हवी होती अन् मुलगीच झाली.''

''अच्छा, तुमच्या मनात इच्छा होती ना म्हणून झाली.''

''हो तिथपर्यंत ठीक आहे हो; पण हे बघा तुम्ही काढून दिलेले चित्र आणि दाखव गं मुलगी. पाहा तिचा चेहरा, एवढं साम्य कसं?''

आता मात्र संदीपला कळेनासं झालं होतं, हे असं कसं शक्य आहे. तेवढ्यात तो तरुण म्हणाला, ''खरंच तुम्ही चित्रकार नाही किमयागार आहात.''

''नाही हो, असं काही नाही, हा केवळ योगायोग आहे.''

''ते काही नाही ही बर्फी घ्या आणि हे अडीच हजार रुपये तुमचे बक्षीस. नाही वगैरे काही ऐकणार नाही,'' असे म्हणत त्या तरुणाने संदीपच्या हातात बर्फी आणि अडीच हजार रुपये दिले. त्यांचाही एक फोटो संदीपने काढून घेतला.

संजय त्याला म्हणाला, ''यार, तुझे भगवान समझने लगे है लोग। हार तुरे घेऊन येत नाहीत फक्त.''

''हो ना यार, उद्या तसंही करतील कदाचित.''

''किती बाळांची चित्रं काढून दिलीस, या सात-आठ महिन्यांत?''

''२०-२५ असतील. थांब, रजिस्टर काढून पाहतो,'' संदीप. त्याने रजिस्टर काढून बघितलं तर ३७ चित्रं काढून दिलेली दिसली. ''अरे यार संजय ३७ आहेत. एवढे सगळे आले ना, तर स्टुडिओ सोडून पळावे लागेल. बाबा ठरवतील यार, लोकांना हे कळलं तर.''

''खरं आहे यार. दुसरी जागा शोधून ठेवावी लागेल. बरं आता येतो मी,'' असं म्हणत संजय निघून गेला.

मध्यंतरी दोन-चार दिवस स्टुडिओत कुणीच आलं नाही. त्याच्या आर्किटेक्टच्या फर्मचे ऑफिस बाजूलाच होते. तिथे बराच स्टाफ होता. तो स्टाफच सारं काही काम करत असे. कुणी नवीन client आलाच, तर ते त्याला स्टुडिओत बोलवायला येत असत.जेवायला मात्र तो ऑफिसला येत असे. त्या वेळेत त्याचा एक चपराशी स्टुडिओत जाऊन बसतं असे. आज असाच दुपारी जेवण करून, तो पुन्हा स्टुडिओत आला, तर एक तरुण जोडपं बसून होतं. त्याने त्या दोघांना विचारलं, ''काही कामं होतं का?''

''हो बाळाचं चित्रं काढून हवं होतं.''

''सॉरी हां, बाजूलाच माझी आर्किटेक्टची फर्म आहे. तिथे जरा काम वाढलं आहे म्हणून चित्रं काढून देणं बंद ठेवलं आहे.''

''ओहो, ठीक आहे'' असे म्हणत ते जोडपे पायऱ्या उतरू लागले. त्या जोडप्यातील तो तरुण कुणाला तरी फोन लावत होता. त्याने मोबाईल खिशात ठेवला. तसा संदीपचा फोन वाजला. ''हॅलो, संजय काय म्हणतोस? कसा काय फोन केलास?''

''अरे आता एक तरुण जोडपं आलं होतं बघ.''

''हो आलं होतं ना. मी त्यांना नाही म्हटलं.''

''अरे पण माझा जिगरी दोस्त आहे तो. तुझी कीर्ती सांगत होता. मी त्याला म्हटलं की, अरे संदीप ना तो माझा मित्र आहे, तर म्हणाला की, मी जाऊ का त्याच्याकडे. तुम्ही फोन कराल का. यार मी गडबडीत विसरलो.''

''अरे यार, खरं तर मी वैतागलोय या सगळ्याला; पण ठीक आहे, या पुढे नको.''

तेवढ्यात जोडपं येऊन हजर झालं.

''या, अहो संजयला फोन करण्याआधी संजयने पाठविलं आहे, असं सांगितलं असतंत तरी काम केलं असतं मी तुमचं.''

''सॉरी हं चुकलंच माझं.''

''तस नाही हो. मित्राला उगीच वाटलं असतं ना, आपल्या मित्राचंच कामं केलं नाही. ठीक आहे.'' असे म्हणून त्याने त्या दोघांना स्टुडिओत नेऊन प्रश्न विचारले. त्यांना दोन दिवसांनी यायला सांगून, संदीपने त्यांना निरोप दिला. त्याला ऑफिसमधून बोलावणे आल्याने तो तिथे निघून गेला. आता मात्र त्याने स्टुडिओत कुणाला बसवलं नव्हतं. स्टुडिओ बंद करून तो निघून गेला होता.

दसरा, दिवाळी जवळ आल्याने लोकांची घर बांधायची कामं सुरू झाली होती, त्यामुळे त्याने स्टुडिओऐवजी फर्मच्या ऑफिसला बसायला सुरुवात केली होती. त्याने स्टुडिओमध्ये एक माणूस रामू नेमला होता. 'कुणाला फोटो इत्यादी काढायचे असतील, तरच मला बोलवायचं,' असं त्याने रामूला आदेश दिले होते.

एक दिवस रामूचा फोन आला,

''सर दोघे-तिघे आले आहेत. तीन-चार दिवसांपासून चकरा मारत आहेत, म्हणतं आहेत की, भेट झाल्याशिवाय जाणार नाही. येता का सर, तुम्ही?''

''हो ५ मिनिटांत येतो. तू त्यांना बसवून ठेव.'' संदीपने ऑफिसमधली काही महत्त्वाची कामं होती ती उरकली अन् तो स्टुडिओकडे निघाला. २-३ मिनिटांचं अंतर असेल ऑफिस ते स्टुडिओ. तो स्टुडिओत पोहोचला. तो दिसताच तिघं-चौघं उभं राहिले ''काय सर कुठे होतात? पेढे, बर्फी घेऊन आलो आम्ही. जसं चित्रं तसंच बाळं झालं म्हणून आभार मानायला आलो होतो, तर गेले काही दिवस स्टुडिओ बंद दिसला. आज सुरू दिसला म्हणून तुम्हाला बोलावून घेतले. ''

''माझे काही कर्तृत्व नाही हो यांत, तुमच्या नशिबाने होत आहे हे सारं. मी आर्किटेक्ट आहे आणि ड्रॉइंग मला आवडतं म्हणून मी चित्रं काढून देतो एवढंच. एवढ्यात तिकडे कामे वाढलीत. हा माझा छंद म्हणून चित्रं काढणे आणि स्टुडिओ सुरू केला आहे.''

''नाही सर. मुले नशिबाने झाली असतील; पण चित्रातल्या सारखी झाली ही तर तुमची किमया आहे ना.'' असे म्हणत त्यांनी पेढे आणि बर्फी संदीपला दिली. काही जणांनी बक्षीस म्हणून पैसेही दिले. नंतर हे नित्यनेमाचे झाले होते.

एक दिवस पुन्हा रामूचा फोन आला, ''सर आपल्या गावचे नगराध्यक्ष, नानासाहेब झाडे पाटील आले आहेत. दोघेही नवरा-बायको आले आहेत सर. तुमची भेट पाहिजे म्हणताहेत. मी बाहेर येऊन बोलतो आहे तुमच्याशी. काय सांगू त्यांना?''

''अरे आता नगराध्यक्ष आले म्हणतो आहेस, तर यावे लागेल. तू येतो म्हणून सांग त्यांना.'' संदीप मनातल्या मनात विचार करू लागला. नानासाहेब झाडे पाटील म्हणजे पस्तिशी-चाळिशीतले असे तरुण नगराध्यक्ष गावाला लाभले होते. त्यांनी गावाचा अगदी नक्षा बदलून टाकला होता. साधा माणूस होता. नगराध्यक्ष म्हणून कुठलाही बडेजाव नाही. कुणी आणि केव्हाही भेटायला गेले, तरी ते भेटायला तयार असतं म्हणूनच स्वतः स्टुडिओत मला भेटायला आले होते. माझ्याकडे यांचे काय काम असणार असा विचार करत असताना संदीप स्टुडिओपर्यंत केव्हा येऊन पोहोचला, त्याला कळलंच नाही. ''नमस्कार नगराध्यक्ष. आज कसं काय येणं केलंत. मोठ्या माणसाचे पाय, कसे लागले म्हटले मी आमच्या लहानशा स्टुडिओला.''

''मी कुठला मोठा माणूस. साऱ्या गावभर कीर्ती पसरली आहे तुमची. देवाचा अवतार समजायला लागलेत तुम्हाला.''

''काही तरीच काय पाटील साहेब. माझे काय कर्तृत्व आहे यांत.''

''काही तरी आहेच की हो. मुलगा किंवा मुलगी, हुबेहूब तुम्ही काढून दिलेल्या चित्रांतल्या सारखी असते म्हणजे ग्रेट ना.''

"माझे राहू द्या साहेब. माझ्याकडे आपण काय काम काढले ते सांगा. कामाची माणसं तुम्ही. तुमचा वेळ घेणं बरं नाही."

"हे बघा संदीप सर, संदीप सर म्हटले तर चालेल ना? हा तर तुमची कीर्ती ऐकून, तुमचा एक ग्राहक बनून आलोय आम्ही. आम्हाला बाळाचे चित्र काढून हवे आहे. मुलाचे किंवा मुलीचे असा काही आग्रह नाही, तुम्हाला सुचेल ते काढा; पण काढून द्या."

"जरूर काढून देईन."

"पण मी थोडी कहाणी सांगतो आमची. माझ्या लग्नाला १० वर्षं झालीत. खूप प्रयत्न झालेत आतापर्यंत म्हणजे Allopathic घ्या, आयुर्वेदिक घ्या, Homeopathic घ्या, अगदी युनानीदेखील सोडली नाही. बाबा झाले, मांत्रिक झाले, मौलवी झाले. आम्ही राजकारणी मंडळी म्हटली की, कोणी काही सुचविले की नाही म्हणता येत नाही आम्हाला; पण काय आहे, आम्हाला काही मुलबाळं नाही. तेव्हा तुम्ही चित्रं काढून द्या. म्हटलं शेवटचा उपाय करून पाहावा."

वर वर संदीप 'ठीक आहे ना, चित्रं काढून देतो' वगैरे म्हणाला होता, तरी मनातून घाबरला होता. कारण, यापूर्वी इतके स्पष्ट कुणी सांगितले नव्हते की त्यांना अपत्य आहे अथवा नाही. मुख्य म्हणजे झाडे पाटील हा साधासुधा असामी नव्हता, गावचा नगराध्यक्ष होता. त्याचा गावात खूप दबदबा होता. उद्या त्याला मुलगा काय आणि मुलगी काय, कशाचेही चित्र काढून दिले आणि बाळाने जन्म घेतला नाही, तर हे लोक आपल्याला शिव्या द्यायला कमी करणार नाही; पण संदीप सकारात्मक विचारांचा असल्याने त्याने ताबडतोब ते विचार मनातून काढून टाकले. मग त्याने दोघांनाही तो जे प्रश्न इतरांना विचारायचा ते प्रश्न विचारले. "पाटील साहेब, चित्र काढायचे म्हणजे थोडा वेळ लागतो. मी तयार झाले की, तुमच्या घरी पाठवून देईन. चालेल ना?"

"हो चालेल; पण तुमचे charges किती? "

"ते बघू नंतर."

"नाही, मी फुकट कुणाकडून काही काम करून घेत नाही. गावात माहीत असेल तुम्हाला," पाटील हसत हसत म्हणाले.

"मीही फुकट काही देतं नाही. अहो नाही कुठे म्हटले मी, बघू नंतर म्हणजे चित्रासोबत बिल पाठवितो असं म्हणायचं होतं."

"वा, आमच्या राजकारण्यासारखे शब्द फिरवू शकता तुम्ही."

"नाही साहेब, आम्हाला कुठे एवढे जमायचे."

"ठीक आहे. येतो आम्ही." असे म्हणून नगराध्यक्ष आणि त्यांची पत्नी निघाले.ते गेल्या बरोबर संदीपने संजयला फोन लावला. "संजय, अरे जरा येतो

का. बुरी तरहसे फस गया हूं यार. इथे ये आल्यावर सांगतो.'' संजय धावतच आला. मग संदीपने जे घडलं ते सांगितलं. संजय म्हणाला, ''अरे तू काय देव थोडीच आहेस. तूच तर म्हणतोस ना नेहमी लोकांना की, मी काही करीत नाही. ही सगळी भगवंताची कृपा आहे. फिर डरता क्यू? जे होईल ते पाहून घेऊ.'' संजयच्या बोलण्याने संदीपला जरा धीर आला. दुसऱ्या दिवशी तो चित्रं काढायला बसला. बऱ्याच वेळपर्यंत त्याला काही सुचेना. मग तो स्वतःच्या मनाशी पुटपुटला की, नगराध्यक्ष साहेबांना चित्रं काढून देतो म्हटले आहे म्हणजे काढून द्यावेच लागेल. असे त्याने त्याच्या आतल्या खोलीत जाऊन ५-६ वेळा जोरात म्हटले आणि मग चित्र काढायला बसला. त्याच्या लक्षात आले की, तो हळूहळू एका मुलीचे चित्र काढतो आहे. चित्र पूर्ण झाल्यावर त्याने ठरविले की, हे चित्र आपण स्वतः नगराध्यक्ष साहेबांकडे नेऊन देऊ या.

दुसऱ्या दिवशी सकाळीच त्याने नगराध्यक्ष साहेबांना फोन लावला आणि विचारले की, मी आत्ता चित्रं घेऊन येऊ का? त्यांनी 'हो' म्हटल्यावर तो त्यांच्या घरी पोहोचला. ''या संदीप सर. काय म्हणताय? आम्हाला कुणाची लॉटरी लागलीय?''

''नाही, मी समजलो नाही.''

''म्हणजे फोटो कुणाचा आहे, मुलाचा की मुलीचा?''

''सॉरी, मुलीचा काढला आहे.''

''काही हरकत नाही ना. मुलगी झाली ना, तर जे काय पाहिजे ते मागून घ्या. आजच शब्द देतो.''

''नाही हो, मला काही नको, फक्त तुम्हाला सुख लाभू दे.''

तेवढ्यात त्यांनी बायकोला बोलावून घेतले. त्या आल्यावर ते म्हणाले, ''मुलगीचा फोटो आणला आहे, मी म्हटले काय बी चालेल. हो की नाही.''

''खरे आहे. मुलगी कायं अन् मुलगा कायं. काही तरी अपत्य हवे. माझ्या कपाळावरचा वांझ बाईचा शिक्का मिटेल.''

''वहिनी येईल त्या प्रत्येकाला ही बातमी द्या आणि हेच म्हणा मुलगी काय अन् मुलगा काय. काही तरी अपत्य हवे, असे म्हणत राहा. फायदा होईल,'' संदीप म्हणाला, ''बरं येतो.''

''ते फी नाही सांगितली.''

''सर्वांकडून घेतो तेवढीच रु. १००० फक्त.''

त्याने अधूनमधून अगदी selected basisवर बाळाचे चित्रं काढून देण्याचे सुरू ठेवले होते. एक दिवस त्याला वर्तमानपत्र चाळताना त्याच्या गावा संबंधातली एक बातमी दिसली... डॉ. अमोल श्रीधर नायडू आणि डॉ. सौ. मृदुला अमोल

नायडू यांच्या हॉस्पिटलवर पोलिसांची धाड. डॉ. नायडू दाम्पत्याला गर्भनिदान आणि गर्भपात प्रकरणी अटक केली आहे. हॉस्पिटलला पोलिसांनी टाळे ठोकले आहे. अधिक चौकशी सुरू आहे.त्याच्याशी संबंधित विषय नव्हता, त्यामुळे त्याने लक्ष घातले नाही आणि पेपर बाजूला ठेवला. तो आज स्टुडिओमध्ये एका व्हिडिओचे एडिटिंग करीत बसला होता. एवढ्यात त्याचा मित्र संजय धावतच स्टुडिओत आला आणि म्हणाला, ''संदीप, अरे ती दैनिक नवी पहाटमधली बातमी वाचली का? डॉ. अमोल श्रीधर नायडू आणि डॉ. सौ. मृदुला अमोल नायडू यांच्या संबंधातली?''

''हो वाचली; पण पूर्ण नाही वाचली, म्हटले आपला काही संबंध नाही, कशाला टाइमपास करा; पण का रे?''

''अरे संबंध नाही कसा, कुणी तरी श्री आणि सौ. वेणू गोपाळनी तुझं नाव घेतलं आहे त्याच्यात.''

''माझं? का मी कायं केलं?''

''अरे ते तुझ्याकडून चित्र काढून घेऊन गेले म्हणे आणि तू त्यांना म्हणे मुलीचं चित्र काढून दिलं. त्यांना मुलगी नको होती. ते सरळ डॉ. अमोल श्रीधर नायडू आणि डॉ.सौ. मृदुला अमोल नायडू यांच्याकडे गेले म्हणे, गर्भपात करून घ्यायला आणि आपली कीर्ती इतकी पसरली आहे साहेब की, त्या डॉ. दाम्पत्याने त्यांची टेस्ट वगैरे न करता भरपूर पैसे घेऊन गर्भपात करून दिला. गर्भनिदान प्रकरणी तुलाही अटक व्हावी असे लोक म्हणत आहेत, अशी पूर्ण बातमी आहे.''

संदीप पुरता घाबरून गेला होता. त्याच्या चित्रं काढून देण्याने एवढे महाभारत घडेल, असे त्याला स्वप्नातसुद्धा वाटले नव्हते. बातमी वाचून त्याच्या आर्किटेक्ट फर्मचा स्टाफ स्टुडिओत जमा झाला. बरेच जण म्हणत होते की, वकिलांचा सल्ला घ्यावा. त्याने त्याचा वकील मित्र, अमोल खरेला फोन केला. त्याला सविस्तर सांगितलं. अर्थात अमोल खरेनीदेखील ती बातमी वाचली होती. तो त्याला म्हणाला की, ''घाबरू नको, तुला काही होणार नाही.''

दुसऱ्या दिवशी दुपारी बाराच्या सुमारास पोलिसांची गाडी स्टुडिओ पुढे येऊन थांबली.साहाय्यक पोलीस इन्स्पेक्टर आणि दोन हवालदार त्यातून बाहेर पडले आणि स्टुडिओकडे आले, ''इथे संदीप कोण आहेत?''

संदीप म्हणाला, ''मी आहे. काय झाले?''

इन्स्पेक्टर म्हणाले, ''कालची बातमी माहीत आहे ना तुम्हाला? त्या संबंधात प्राथमिक चौकशीसाठी आलो आहे.''

त्यानंतर त्या वेणू गोपाळ दाम्पत्याला काढून दिलेलं चित्रं टेबलवर ठेवत इन्स्पेक्टरने विचारलं, ''हे चित्रं तुम्ही काढून दिलं होतं?''

''हो, मीच काढलेले आहे हे चित्रं. माझ्या स्टुडिओचा शिक्का आहे मागे.''

"शिक्का कुणीही बनवून घेऊ शकतो. तुमच्याकडे रेकॉर्ड आहे हे चित्रं काढल्याचा."

"हो, रजिस्टरमध्ये नोंद आहे."

"तुमच्याकडून चित्रं काढून घेऊन गेल्यावर, श्री आणि सौ. वेणू गोपाळनी गर्भपात करून घेतला आहे. गर्भपात करणे कायद्याने गुन्हा आहे."

तेवढ्यात संदीपचे खरे वकीलही तिथे आले. पोलीस आल्यावर त्याच्या स्टुडिओतला शिपाई, रामूने समय सूचकता दाखवत, खरे वकिलांना बोलावून घेतले होते.

"नमस्कार, इन्स्पेक्टर साहेब."

"नमस्कार खरे साहेब. इकडे कुठे?"

"काही नाही संदीप मित्र आहे माझा. घाबरून गेला बातमी वाचून म्हणून आलो मी धीर द्यायला."

"गर्भपात करणे कायद्याने गुन्हा आहे आणि यांनी काढलेलं चित्रं पाहून ते गर्भपात करायला उद्युक्त झाले, असे आरोपीचे म्हणणे आहे," इन्स्पेक्टर म्हणाले.

"डॉक्टर करतात तसे याने गर्भलिंग निदान केलेले नाही. याच्याकडे निदान करायची कुठली साधने नाहीत. याने केवळ एक चित्र काढून दिले जे मुलीचे होते."

हे सारे सुरू असतानाच नगराध्यक्ष नानासाहेब झाडे पाटील तिथे आले. "नमस्कार संदीप सर. आज ही मंडळी तुमच्याकडे कशी.?" पोलिसच्या टीमकडे नजर फिरवीत, ते मिश्किलपणे म्हणाले आणि मग काही आठवल्यासारखे करीत पुढे म्हणाले, "अच्छा त्या कालच्या प्रकरणात आलात वाटतं."

"हो साहेब," इन्स्पेक्टर म्हणाले.

"यांचा काय संबंध हो. यांनी ना गर्भलिंग परीक्षा केली, ना निदान केले ना गर्भपात करून दिला. फक्त मुलीचं चित्रं काढून दिलं," नगराध्यक्ष म्हणाले.

"हो; पण त्यामुळे आरोपी गुन्हा करण्यास प्रवृत झाल्याचे आरोपींचे म्हणणे आहे," इन्स्पेक्टर.

"साहेब, आता माझे उदाहरण सांगतो. माझ्या घरी १० वर्षांत पाळणा हलण्याची काही चिन्हं नव्हती. मी चित्र काढून घेतले. यांनी चित्र काढून दिले मुलीचे. आज मी पेढे द्यायला आलो होतो. सौ pregnant आहे, असे डॉक्टरने सांगितले. मुलगा का मुलगी नंतर कळेल हो; पण दिवसच राहत नव्हते."

तेवढ्यात पोलिसांच्या गाडीचा सायरन वाजला. पोलीस उठून उभे राहत म्हणाले, "मोठे साहेब आले." सगळेच उठून उभे राहिले. "नमस्कार झाडे पाटील साहेब. नमस्कार खरे वकील साहेब," पोलीस ठाणा इन-चार्ज जामदार स्वतः आले होते.

''बरीच मोठं मोठी मंडळी जमा झालीत इथे,'' जामदार उत्सुकतेपोटी म्हणाले.

''हो, मी पेढे देण्यासाठी आलो होतो,'' झाडे पाटील म्हणाले, असे म्हणून त्यांनी आपली गोष्ट सांगितली.

''...आणि मी माझ्या मित्रासाठी, संदीपसाठी,'' खरे वकील म्हणाले.

''अभिनंदन झाडे पाटील साहेब. छान बातमी दिलीत'' आणि मग खरे वकिलांकडे वळत म्हणाले, ''तुमची काही गरज नाही हो इथे. मला माहीत आहे. कित्येक जणांना यांनी चित्रं काढून दिलीत. काहींना मुलगा झाला काहींना मुली झाल्या. बहुधा ही पहिली केस अशी की, मुलीचे चित्र पाहून गर्भपात करून घेतला; पण यांचा काय संबंध. ते चित्र पाहिल्यावर म्हणे आम्हाला गर्भ काढून टाकावा वाटला. अहो, ही डॉक्टरची चूक आहे. कदाचित, मुलगाही होऊ शकला असता. यात निदान झाले नाही.''

''मग तुम्ही का आलात इथे?'' झाडे पाटील म्हणाले.

''काही आमची उत्साही मंडळी प्राथमिक चौकशीसाठी आलीय. म्हटलं चित्रकार घाबरतील. बरे ते राहू द्या, चित्रकार साहेब मला हे सांगा. चित्राचा चेहरा आणि बाळाचा चेहरा जवळपास एक सारखा असतो असे लोक सांगतात. हे कसे हो हे जाणून घ्यायचे होते म्हणजे बऱ्याच दिवसांपासून खूप उत्सुकता होती. तसा तर कधी आलो नसतो, म्हटले आता या निमित्ताने जाऊन उत्सुकता शमवावी आणि काही फोटो वगैरे आहेत का चित्राचे आणि प्रत्यक्ष बाळाचे तेही पाहावे. दाखवा ना काही असतील तर,'' ठाणा इन-चार्ज जामदार साहेब असे म्हणताच तिथले वातावरण एकदम निवळले.

संदीपही आता रिलॅक्स झाला होता. त्याने फोटो काढून दाखविले. मग जामदार साहेब म्हणाले, ''माझ्या दुसऱ्या प्रश्नाचे उत्तर राहिले. चित्राचा चेहरा आणि बाळाचा चेहरा जवळपास एक सारखा असतो, असे लोक सांगतात. हे कसे हो हे जाणून घ्यायचे होते.''

''हो तेही सांगतो. सुरुवातीला बऱ्याच लोकांनी, मला हे सांगितले तेव्हा मीही गोंधळून गेलो. मी मानसशास्त्राचा अभ्यास करतो आहे. अशातच एक पुस्तक The Power of your sub-conscious Mind ho Dr Norman Peale यांचे पुस्तक माझ्या वाचनात आले. जामदार साहेब आपल्याला कल्पनाही करता येणार नाही की, आपल्या अंतर्मनाची शक्ती किती असते. या चित्रं आणि बाळं प्रकरणी हे झाले असावे की चित्र बघून त्या आईच्या मनात, ही इच्छा उत्पन्न झाली की, माझे बाळ असेच असावे. जितक्या वेळा तिने बघितले, तितक्या वेळेस तिने हेच म्हटले असेल. हे पुस्तक म्हणते की, तुम्ही तुमच्या साऱ्या इच्छा अंतर्मनाच्या शक्तीवर पूर्ण करू शकता आणि झाडे पाटील वहिनी सोबत तेच झाले असावे. बऱ्याच चिकित्सा

झाल्या; पण त्यांच्या मनात कुठे तरी हे रुजले की मला मूल होणार नाही; पण मी काढून दिलेल्या चित्राप्रमाणेच होते, ही धारणा कुठे तरी त्यांच्या मनात म्हणण्यापेक्षा अंतर्मनात रुजली होती आणि त्यामुळे त्यांना दिवस राहिले.''

उपस्थित सगळेच जण अंतर्मनाची शक्ती ऐकून स्तब्ध झाले होते. वातावरण हलके फुलके करण्यासाठी ठाणा इन-चार्ज जामदार साहेब म्हणाले की, मलाही वापरता येईल का माझ्या अंतर्मनाची शक्ती गुन्हेगार पकडण्यासाठी. असे त्यांनी म्हणताच सगळे एकदम हसले आणि जायला निघाले आणि संदीपही लागला आपल्या कामाला.

दुराग्रही

दुराग्रही माणूस हा कुणासाठीही त्रासदायकच असतो. घरात, ऑफिसमध्ये, सोसायटीत राहत असेल तर तिथे, किराणा दुकानात काय किंवा अगदी कुठल्याही दुकानात खरेदीसाठी गेलेला असो, ट्रेनमध्ये असो की प्लेनमध्ये, टॅक्सीमध्ये असो की बसमध्ये, एकूण काय कुठेही असो. तो त्रासदायकच असतो. या माणसाचे असे असते की, तो स्वतःही सुखी राहत नाही आणि आसपासच्या कुणालाही सुखी राहू देत नाही. त्याचा सगळ्यात जास्त कुणाला त्रास होत असेल तर त्याच्या बायकोला. अशा लोकांचे, मुले एका विशिष्ट वयापर्यंत ऐकतात आणि मग एकदा का शिकून नोकरी लागली की, दूर निघून जातात. बायको मात्र जन्मभर हे सहन करते.

डॉ. अनिल जपे हे असेच एक व्यक्तिमत्त्व. सैन्य दलात डॉक्टर होते. असा दुराग्रही माणूस आणि तोही सैन्यात म्हटल्यावर त्याच्या आई-वडिलांना मोठी काळजी वाटत होती. १९८५-८६ची गोष्ट. अचानक शरयू काळेचे स्थळ त्यांना सांगून आले. श्री. अनंत काळे हे यवतमाळला वकिली करीत असत. सैन्यात अधिकारी असण्यापेक्षा डॉक्टर आहे म्हणजे रिस्क कमी अशी त्यांची वेडी समजूत. शरयू बी.एस्स.सी.पर्यंत शिकलेली होती.त्यांच्या नोकरीचे स्वरूप लक्षात घेता, बायको नोकरी करणारी हवी वगैरे अशा त्यांच्या अटी नव्हत्या. २७ डिसेंबर, १९८६ला डॉ. अनिल जपे आणि शरयू काळे यांचा नागपूरला विवाह संपन्न झाला.

डॉ. अनिल जरी दुराग्रही असले आणि मिलिटरीत असले तरी रोमँटिक होते. ते शरयूला हनिमूनसाठी कुलू-मनाली, सिमल्याला घेऊन गेले. त्यांचे सध्याचे पोस्टिंग देवळाली कॅम्पला होते. त्यांना मोठे क्वार्टर होते. मार्च, १९८७ची गोष्ट असेल. डॉ. अनिल सकाळी हॉस्पिटलला गेले होते. शरयूला थोडे बरे वाटत नव्हते. तिला गरगरल्यासारखे होत होते. उलटी होईल असेही वाटत होते. मोबाइल

तेव्हा नव्हता; पण घरी लँडलाइन होता.शरयूने लगेच हॉस्पिटलला फोन लावला. डॉ. अनिलने उचलला. शरयूने त्यांना तिला बरे वाटत नसल्याचे सांगितले. तिने काय होते आहे, हे सांगितल्यावर डॉ. अनिल म्हणाला की, आता तुला साध्या जनरल फिजिशियनची नाही तर गायनॉकॉलॉजिस्टची गरज असल्याचे सांगितले. ''ते का बरं?'' शरयू म्हणाली. ''एक काम कर तू ऑटोरिक्षा करून मिलिटरी हॉस्पिटलला ये. आपण डॉक्टरला भेटू या म्हणजे तुला कळेल.'' शरयू घराच्या बाहेर पडली. समोरून एक ऑटोरिक्षा चालली होती. आवाज देऊन शरयूने त्याला थांबविले. ऑटोत बसून मग ती सरळ मिलिटरी हॉस्पिटलला पोहोचली. हॉस्पिटलच्या बाहेर डॉ. अनिल तिची वाट पाहत होते. त्यांनी मग तिला डॉ. अश्विनी ज्या स्त्रीरोग विशेषज्ञ होत्या.त्यांच्या कडे नेले. डॉ. अश्विनीने शरयूला तपासल्यावर त्या बाहेर आल्या आणि डॉ. अनिलला म्हणाल्या, ''डॉ. अनिल अभिनंदन, तुम्ही बाबा होणार आहात.'' ''थँक यू, मला वाटलेच होते एकंदर लक्षणे बघून म्हणून मी तिला म्हटले, तुला आता गायनॅकची गरज आहे, जनरल फिजिशियनची नाही.'' डॉ. अश्विनीला हसू आले. हसत हसतच त्या म्हणाल्या, ''आता तुम्ही त्यांना घरी घेऊन जाऊ शकता. भेटू या एक महिन्याने.''

डॉ. अनिल शरयूला घेऊन घरी आले. दोघांना खूप आनंद झाला होता. ''आज काही तरी गोड कर,'' डॉ. अनिल म्हणाले. मग दोघांनीही आपल्या आई-बाबांना फोन करून बातमी दिली. एक महिना झाल्यावर दोघेही पुनः हॉस्पिटलला गेले. ते हॉस्पिटलमध्ये असतानाच ऑफिसमधून त्यांना निरोप आला की, भारतीय सेनेची पीस किपिंग फोर्स (IPKF) श्रीलंकेला पाठविण्याचे ठरले आहे. त्या सोबतच डॉक्टरांचा एक चमू पाठविण्याचे ठरले आहे. डॉ. अनिलना जाण्यासाठी तयार राहण्यास सांगण्यात आले होते.

डॉ. अनिल आणि शरयू घरी आल्यावर, त्यांनी दोघांनी मिळून पुढे काय करावे, यासंबंधी विचार करायला सुरुवात केली. डॉ. अनिल आणि शरयू दोघांनीही शरयूच्या आई-बाबांना फोन करायचे ठरविले. त्यांना फोन केला तर ते म्हणाले की, तसेही पहिले बाळंतपण मुलीच्या माहेरीच करतात, तर आम्ही येऊन तिला घेऊन जाऊ; पण डॉ. अनिलचे म्हणणे होते की, शरयूच्या आई-बाबांनीच देवळालीला यावे. मिलिटरी हॉस्पिटलला सोई चांगल्या असतात. काळजीही घेतील .इथे राहायचं काही टेंशन नाही, साहाय्यक असतोच, त्याचीही मदत होईल. मी आधीच लिहिल्याप्रमाणे डॉ. अनिल दुराग्रही होते. त्यांनी शरयूच्या आई-बाबांनीच देवळालीला यावे, असा आपला फतवा जाहीर केला. ''ते जरी येऊ शकले नाही, तरी सर्व काही व्यवस्थित पार पडेल याची मी व्यवस्था करू शकतो,'' असे डॉ. अनिलनी सांगितले. ते ऐकणार नाही लक्षात आल्यावरदेखील शरयूने आणि तिच्या बाबांनी डॉ. अनिलना समजविण्याचा प्रयत्न केला की, माहेरी राहिली तर

तिला जास्त करमेल, तिचा वेळ चांगला जाईल. कारण, तिथे तिचा भाऊ आहे. यवतमाळला तिच्या मैत्रिणी आहेत. इथे डॉ. अनिल नसताना तिला चैन पडणार नाही; पण डॉ. अनिलचे म्हणणे की, एकदा लग्न झाले की, पूर्ण जबाबदारी नवऱ्याची असते. ते जर देवळालीला असते, तरी त्यांनी तिला माहेरी पाठवलेच नसते. ते त्यांना पटत नव्हते. शरयूच्या बाबांच्या नोकरीचा प्रश्न नव्हता. ते यवतमाळला वकिली करीत होते, त्यांनी ज्युनियरना काम सोपवून यावे. अगदीच महत्त्वाची केस असेल, तर ते जाऊ शकतात. कारण, देवळालीला शरयू आणि तिची आई राहिली तरी काही प्रश्न नव्हता. मिलिटरी एरियात क्वार्टर असल्याने सेक्युरिटीचा काही विषय नव्हता. डॉ. अनिलच्या लेखी भावनिक गोष्टींना काही महत्त्व नव्हते.

शेवटी असे ठरले होते की, सुरुवातीला शरयूचे आई आणि बाबा येतील. शरयूचा भाऊ, त्याला उन्हाळ्याच्या सुट्ट्या लागल्या की येऊन राहील. कोर्टाला उन्हाळ्याच्या सुट्ट्या असतात, त्यामुळे तो आणि बाबा दोघेही राहू शकतात. डॉ. अनिलना माहीत झाले होते की, जून महिन्याच्या शेवटच्या आठवड्यात त्यांना निघावे लागणार म्हणून एक आठवडा आधीच शरयूच्या आई आणि बाबांना बोलावून घेतले होते.

अखेर तो दिवस उगवला. डॉ. अनिल आणि त्यांची टीम ट्रेनने चेन्नईला निघणार होती. चेन्नईहून पुढे लंकेत जायचे होते. संध्याकाळी ५.०० वाजताची स्पेशल ट्रेन होती.डॉ. अनिल नाही म्हणत असतानादेखील शरयूने काही खायचे पदार्थ करून दिले होते.किती दिवसांसाठी जावे लागणार कुणालाच काही माहीत नव्हते. दोन महिने, चार महिने किंवा वर्ष कदाचित दोन वर्षेदेखील. डॉ. अनिल निघालेले पाहून शरयू म्हणाली, ''अहो, देवाला नमस्कार करा. मी दिवा लावला आहे. संध्याकाळची वेळ आहे.'' तिला माहीत होते की, डॉ. अनिलचा या सगळ्या गोष्टींवर विश्वास नाही; पण डॉ. अनिलनी सासूबाईंचा आणि सासरेबुवांचा मान राखायचा म्हणून नमस्कार केला. ''सांभाळून राहा आणि खुशाली अधूनमधून कळवत चला. कशी ते आम्हाला माहीत नाही. ते तुम्ही ठरवा,'' शरयूचे बाबा म्हणाले. ''थँक यू'' एवढेच म्हणून डॉ. अनिल घराबाहेर पडले. त्यांनी मागे वळूनदेखील बघितले नाही. मिलिटरीच्या गाडीत बसून डॉ. अनिल निघून गेले.

बरेच दिवस गेले होते, डॉ. अनिलचा काही निरोप नव्हता. शरयू खूप अस्वस्थ झाली होती. शरयूचे आई-बाबादेखील काळजीत होते. एका बाजूला जावयांचा काही निरोप नाही आणि दुसऱ्या बाजूला मुलीची सध्याची शारीरिक स्थिती. शरयूला आता चार महिने झाले होते. तिला पुनः एकदा मिलिटरी हॉस्पिटलला मंथली चेकअपसाठी घेऊन जायचे होते. शरयूच्या बाबांनी ऑटोरिक्षा बोलावली आणि ते तिघेही हॉस्पिटलला पोहोचले. ते तिघेही डॉ. अश्विनीच्या कॅबिनमध्ये येऊन पोहोचले. डॉ. अश्विनी म्हणाल्या, ''काय पेशंट कसा आहे, माझा?'' ''एकदम

छान मॅडम; पण डॉक्टर अनिलचा काही मेसेज नाही, त्यामुळे थोडा स्ट्रेस आला आहे. तिच्यावर आणि आमच्यावरदेखील.'' ''ठीक आहे, आधी मी शरयूला चेक करून घेते. मग डॉ. अनिलचे लेटेस्ट स्टेटस पाहू या.'' मग शरयू आणि डॉ. अश्विनी दोघीही आत गेल्या. थोड्या वेळातच त्या बाहेर आल्या. डॉ. अश्विनी म्हणाल्या, ''सध्या तर ठीक आहे; पण यापुढे काळजी घ्यायला हवी. एक मिनिट जरा डॉ. अनिलची माहिती घेऊ या,'' असे म्हणत डॉ. अश्विनीने फोन लावला. त्या नंतर त्या 'ठीक, ओके' वगैरे म्हणत होत्या. मग त्यांनी फोन खाली ठेवला. डॉ. अश्विनी म्हणाल्या, ''डॉ. अनिलची टीम, चेन्नईहून कोलंबोसाठी रवाना झाल्याचे लेटेस्ट स्टेट्स आहे. त्यानंतरची काही माहिती उपलब्ध नाही.'' ''थँक यू डॉक्टर,'' असे म्हणतं तिघेही हॉस्पिटलच्या बाहेर पडले.

मध्यंतरी शरयूचा भाऊ संजीवचा फोन येऊन गेला. त्याने सांगितले की, त्यांच्या यवतमाळच्या घरी चोरीचा प्रयत्न झाला होता. गेल्या काही वर्षांत असे कधीच झाले नव्हते की घरी कुणी नाही. तो कॉलेजमध्ये गेला असताना चोरट्यांनी कुलूप फोडायचा प्रयत्न केला होता; पण बाजूच्या घरात राहणाऱ्या धोटे काकूंचे लक्ष गेले आणि त्यांनी आरडाओरड केल्यामुळे चोर पळून गेले होते. इकडे त्यांना डॉ. अनिलची खुशाली मिळाल्याची बातमी पोहोचली होती; पण दुसरीकडे हा चोरीचा प्रयत्न झाल्याने शरयूच्या आई-बाबांच्या काळजीत वाढच झाली होती. कारण, तिकडे संजीव एकटाच होता. या सर्वांचा परिणाम अर्थातच, शरयूच्या तब्येतीवर कमी-अधिक प्रमाणात होत होता.

शरयूचे बाबा सकाळी सकाळी दूरदर्शनवर बातम्या पाहत बसले होते. इतक्यात बाकीच्या बातम्या थांबवून एक महत्त्वाची बातमी सांगण्यात आली... जाफना येथे मिलिटरी हॉस्पिटलजवळ मोठा बॉम्ब स्फोट. काही सैनिक, डॉक्टर आणि आरोग्य कर्मचारी जखमी; पण कोणी मृत्युमुखी पडल्याची माहिती नाही. बाबांनी ताबडतोब टीव्ही बंद केला. जेणेकरून शरयूच्या कानी ही बातमी पडू नये. अर्थात बाबांना हे माहीत नव्हते की, शरयू त्यांच्या मागेच उभी होती. ती पटकन आत गेली. बाबा तिच्या पाठोपाठ आत गेले. ''अगं शरू बाळा, अशा बातम्या खूप दिवसांपासून येतं आहेत. आपण कधी काळजी केली का? नाही. मग आता कशाला काळजी करतेस. डॉ. अनिल सुखरूप असतील.'' ''तुम्ही म्हणता ते खरं आहे बाबा; पण आपलं माणूसं म्हटलं की, काळजी ही वाटणारच ना.'' ''ते खरं आहे तुझं; पण तू आता दोन जीवांची आहेस, तेव्हा तुला अधिक काळजी घ्यायला हवी,'' बाबा.

जवळपास महिना उलटून गेला; पण इतक्यात डॉ. अनिलबद्दल कुठलीच बातमी आली नव्हती. सगळेच काळजीत होते. सगळे एकमेकांना असाच धीर देत होते की, काही वाईट बातमी आली नाही ना, यात समाधान मानायचे. महिना उलटून गेल्याने शरयूला पुनः हॉस्पिटलला मासिक चेकिंगसाठी न्यायची वेळ झाली होती.

शरयूच्या बाबांनी ऑटोरिक्षा बोलावली. नंतर शरयू आणि तिचे आई-बाबा मिलिटरी हॉस्पिटलला गेले. डॉ. अश्विनीच्या केबिनमध्ये गेल्यावर त्यांनी शरयूला चेक केले. डॉ. अश्विनी थोड्या गंभीर झाल्या आणि शरयूकडे पाहत म्हणाल्या, ''शरयू, तुझ्या ब्लड टेस्ट कराव्या लागतील. कारण, मला तुझी कंडिशन थोडी एनिमिक वाटते आहे. आता मी सांगते त्या टेस्ट हॉस्पिटलमध्येच होतात. त्या करून घ्या. मग तुम्ही जाऊ शकता.'' असे म्हणून डॉ. अश्विनीनी एका कागदावर साऱ्या टेस्ट लिहून दिल्या आणि शरयूच्या बाबांना सांगितले, ''साहाय्यक असेल ना तुमच्याकडे त्याला रिपोर्ट नेण्यासाठी पाठवून द्या. सर्व रिपोर्ट आले की, तुम्ही दाखवायला घेऊन या माझ्याकडे शरयूला आणायची गरज नाही.''

मग तिघेही हॉस्पिटलच्या आवारात असलेल्या pathology मध्ये गेले. तिथे ब्लड घेऊन झाल्यावर तिघेही घरी आले. रिपोर्ट तयार झाल्यावर pathology मधून फोन आला. तसे शरयूचे बाबाच स्वतःच रिपोर्ट आणायला गेले. त्यांनी ठरविले होते की ते रिपोर्ट लगेच डॉ. अश्विनीना दाखवायचे. कारण, शरयूची तपासणी केल्यावर डॉ. अश्विनी जरा गंभीर झाल्याचे त्यांनी पाहिले होते. Pathology मधून रिपोर्ट घेऊन, ते डॉ. अश्विनीकडे पोहोचले. आज पेशंटची जरा जास्तच गर्दी होती, त्यामुळे त्यांना थोडे थांबावे लागले. त्यांचा नंबर येताच शरयूचे बाबा आत गेले. रिपोर्ट पाहून झाल्यावर डॉ. अश्विनी म्हणाल्या, ''हिमोग्लोबिन कमी झाले आहे. मी टॉनिक आणि काही गोळ्या लिहून देते. त्या व्यवस्थित घ्यायला सांगा. एक महिन्यानंतर बघू या काही सुधारणा होते का ते; पण तिची काळजी घ्या.'' ''ठीक आहे. मॅडम, एक विनंती आहे. मागच्या खेपेला तुम्ही डॉ. अनिलविषयी लेटेस्ट काही माहिती आहे का, ते फोन करून विचारले होते आणि आम्हाला सांगितले होते. या खेपेला महिना झाला, तरी काही अपडेट नाही. जरा विचारून पाहता का?'' ''हो, अवश्य विचारते ना.'' मग त्यांनी फोन लावला आणि काही बोलत असताना त्यांचा चेहरा जरा गंभीर झाला; पण शेवटी 'ओके फाईन' वगैरे म्हणत त्यांनी फोन खाली ठेवला. ''हं. मी विचारलं. सध्या त्यांच्या पूर्ण टीमचेच काही where about उपलब्ध नाहीत; पण समाधानाची गोष्ट ही की, casualty संबंधीही काही रिपोर्ट नाही. थोडी वाट पाहू या. असे करते, मला काही माहीत झाले ना, तर फोन करून तुम्हाला कळवेन. ओके.'' ''ठीक आहे. चालेल,'' असे म्हणत ते बाहेर पडले. घरी येताना मेडिकल स्टोअरमधून त्यांनी टॉनिक आणि गोळ्या घेतल्या. घरी आल्यावर शरयूच्या आईने दरवाजातच विचारले. ''अहो, काय म्हणाल्या डॉक्टर?'' बाबांनी सर्व हकिकत सांगितली. डॉ. अनिलविषयी विचारले, तेव्हा बाबांनी सांगितले की, शरयूला काही सांगू नको. अजून त्यांच्या पूर्ण टीमची काहीही माहिती मिळाली नाही. तू शरयूला बाबा विचारायचं विसरले असे सांग.

एक दिवस अचानक साहाय्यक एक बातमी घेऊन आला आणि त्याने ती शरयूच्या समोर सांगितली. डॉ. अनिलच्या टीमविषयी माहिती मिळाली होती; पण डॉ. अनिल आणि त्यांचे तीन साथीदार बेपत्ता होते. ही बातमी कळल्यावर शरयूची तब्येत अजून खराब झाली. शरयूला आठवा महिना लागला होता. तिच्यात बऱ्याच complication झाल्या होत्या. डॉ. अश्विनीने खूप काळजी घेण्यास सांगितले होते. शरयू मनाने खचून गेली होती.एक दिवस ती आईला म्हणाली, ''आई, हे जर आले नाहीत, तर बाळ सुखरूप जन्माला येऊन काय फायदा आणि माझ्या जिवंत असण्यालाही काय अर्थ आहे.'' ''अगं काय बोलतेस हे. नेहमी शुभ बोलावं तर हे असं का बोलतेस? सर्व ठीक होईल बेटा. देवावर विश्वास आहे ना तुझा.'' ''काय करू आई, कधी कधी खूप वाईट विचार येतात मनात. मग असा वैताग येतो.''

शेवटी शरयूची early delivery झाली होती. तिला मुलगा झाला. तिची तब्येत तर खराब होतीच; पण मुलगाही नाजूक होता. मुलाची किमान पाच वर्षे व्यवस्थित काळजी घ्यायला सांगण्यात आले होते. दहा दिवसांनंतर, तिला हॉस्पिटलमधून सोडण्यात आले. दरम्यान, डॉ. अनिल व्यवस्थित असल्याचे समाधानकारक वृत्त हाती आले होते. ही त्यातल्या त्यात समाधानाची बाब म्हणावी लागेल.

पाहता पाहता दोन वर्षं निघून गेली होती. १९८९पासून भारताची शांती सेना, श्रीलंकेतून काढून घेण्यास सुरुवात झाली आणि मार्च १९९०मध्ये ही प्रक्रिया पूर्ण झाली होती. अगदी शेवटच्या तुकडीत डॉ. अनिल आणि त्याची टीम परत आली. तोपर्यंत शरयूचे बाबा आणि आई देवळालीला राहिले. संजीवची म्हणजे शरयूच्या भावाची खूप आबाळ झाली होती. तो येऊन-जाऊन होता. शरयू पूर्णपणे अंथरुणाला खिळली होती.तिच्यात जास्त वेळ चालण्याची ताकदही राहिली नव्हती. मुलगा आता अडीच वर्षांचा झाला होता. मुलगा चांगला होता. वडील नसल्याने बिचाऱ्याचे नावही अजून ठेवले नव्हते.

२४ मार्च १९९०ला डॉ. अनिल घरी आले. आल्या आल्या त्यांनी मुलाला उचलून घेतले. आई-बाबांची खुशाली विचारली. त्यांना खूप त्रास झाल्याबद्दल खेद व्यक्त केला. मग शरयूच्या खोलीत गेले. त्यांना पाहताच तिने उठून बसायचा प्रयत्न केला; पण तिच्यात तेवढे त्राण नव्हते. तिची विचारपूस केल्यावर त्यांनी डॉ. अश्विनीला फोन लावला. ''हॅलो, डॉ. अश्विनी कशा आहात? शरयूची प्रकृती खूप खराब दिसते. हं, तुम्ही तिची व्यवस्थित काळजी घेतली असणारच. हो हं मेंटल टेंशनचा परिणाम, थँक यू, आता मी काळजी घेईन तिची.'' डॉ. अनिल आले म्हटल्यावर तिची प्रकृती जरा सुधारली; पण तब्येत खूपच ढासळली असल्याने तिला खूप जास्त पॉवरची ट्रीटमेंट देणे आवश्यक होते. आता डॉ. अनिल घरी आल्याने त्यांनी पूर्णपणे तिचा ताबा घेतला. शरयूच्या बाबांचंदेखील त्यांनी ऐकलं

नाही. दर वेळेस 'मी आता परत आलो आहे ना. मी लढाईत कशा कशा जवानांना ठीक केले आहे,' असं सारखं म्हणत असायचे.

डॉ. अनिल परत आल्यानंतर काही दिवस सामान्य होते; पण हळूहळू त्यांनी आपले मूळ स्वरूप धारण करायला सुरुवात केली होती, मग शरयूच्या आई-बाबांनी तिथून काढता पाय घ्यायचे ठरविले. एक दिवस शरयू आणि जावयांचा निरोप घेऊन, ते यवतमाळला निघून गेले. मुलीला माहेरपणासाठी नेऊ का, असे विचारण्याची सोय नव्हती म्हणून त्यांनी विचारलेदेखील नाही. आता पूर्ण ताबा डॉ. अनिलकडे आला होता, त्यामुळे त्यांनी शरयूला त्यांचे गुरू शेषशायी महाराजांकडे घेऊन जायचे ठरविले. शेषशायी महाराजांचा आश्रम नासिक-सटाणा रोडवर होता.

सोमवारी सकाळी नऊ वाजताच दोघेही स्नान करून शेषशायी महाराजांच्या आश्रमाकडे निघाले. साडेदहाला ते आश्रमात होते. खूप गर्दी होती; पण डॉ. अनिल म्हणजे बडे प्रस्थ असल्याने लवकरच बाबांनी बोलावून घेतले. बाबा भगवे वस्त्र धारण करून बसलेले होते. गळ्यात रुद्राक्ष माळा, कपाळावर भस्म लावले होते. बाबांचे वय साधारणतः चाळीस असावे, तरी त्यांनी डॉ. अनिलना 'ये बेटा तुझी काय समस्या आहे?' म्हणून त्यांची विचारपूस केली. शरयूला सारा काही ढोंगीपणा वाटत होता; पण बोलण्याची सोय नव्हती. डॉ. अनिलनी बाबांचा चरण स्पर्श केला. "बाबा, ही माझी बायको शरयू." "सुंदर, अति सुंदर," बाबा उद्गारले. "हिलाच काही प्रॉब्लेम आहे का?" "हो हिचा प्रॉब्लेम आहे. ही खूप अशक्त झाली आहे. हिच्याकडून चार पावलं नीट चालवत नाही." "ये बच्चा, ये इकडे," बाबांनी शरयूला बोलावून घेतले. तिच्या डोक्यावरून आणि पाठीवरून असा काही हात फिरवला की, शरयूला किळस आली. ती पटकन बाजूला झाली. तिला असे करताना पाहून, बाबा जरा रागावलेच; पण वरवर असे न दाखविता, ते डॉ. अनिलकडे पाहत म्हणाले, "ही अशीच अंथरुणाला खिळून राहील, जन्मभर, मरणार नाही; पण बिछान्यातून उठणारही नाही."

डॉ. अनिलना लक्षात आले होते की, शरयू पटकन बाजूला झाल्याने बाबा रागावले म्हणूनच त्यांनी शाप दिला; पण बाबांचा वाहयादपणा त्याच्या लक्षात आला नव्हता.आश्रमातून बाहेर निघताच ते शरयूला म्हणाले, "शरयू, तुला बाबांपासून असे झटकन दूर जायची काय गरज होती." "अहो कसला बाबा. लोचट माणूस, किती घाणेरडा स्पर्श होता त्याचा." बाबांवर अनिलची खूप श्रद्धा असल्याने तो नाराज झाला. "बाबा असे नाहीत, तुला असे वाटले हे त्यांच्या लक्षात आले म्हणूनच त्यांनी शाप दिला." "कसला शाप? कावळ्याच्या शापाने काही गाय मरत नाही," असे शरयूने म्हटल्यावर अनिलचा पारा अधिक चढला. "तू बाबांना कावळा म्हणतेस. बरोबर नाही."

मी आधीच लिहिल्याप्रमाणे डॉ. अनिल खूप दुराग्रही होते. शरयूने बाबांचा अपमान केल्यामुळेच, हिचा आजार आता बरा होणे शक्य नाही. असे म्हणून त्यांनी

बाहेर कुणा डॉक्टरलाही दाखविले नाही. त्याच्या मित्रांनी, नातेवाइकांनी, शरयूच्या आई-बाबांनी सांगून काही उपयोग झाला नाही. कित्येक वर्षे शरयू तशीच अंथरुणाला खिळून होती. डॉ. अनिल त्यांच्या जवळच्या लाल, हिरव्या, निळ्या गोळ्या तिला देत असत. बहुधा त्या गोळ्यांमुळे ती जिवंत होती. कित्येक वर्षे ती अशीच झोपून होती. खरे तर शरयू अत्यंत आनंदी अशी होती. प्रत्येक गोष्टीची तिला आवड होती. गाणे म्हणत नसली तरी गाणे ऐकायला तिला खूप आवडत असे. ती कविता करीत असे. अभ्यासात खूप हुशार होती; पण आता नुसती पडून राहायची. तिच्या मुलाचे नाव तिनेच सुचविले आणि ठेवले होते. राहुल नाव ठेवले होते मुलाचे.

राहुल बारावी पास झाला. त्याने डॉक्टर व्हावे अशी तिची इच्छा होती. त्याच्या मनात तिने पहिल्यापासून हे भरविले होते की, तुला आईला छान बरी झालेली पाहायचे असेल, तर तुला डॉक्टर व्हावे लागेल. त्याला बारावीला चांगले मार्क्स होते. तसेच त्याला सीईटीला चांगले मार्क्स मिळाले. त्याला मुंबईच्या चांगल्या कॉलेजला ॲडमिशन मिळाली. त्याने मेडिकलला जाऊ नये, असे डॉ. अनिलने प्रयत्न केले; पण राहुलच्या इच्छेपुढे त्याचे काही चालले नाही.

राहुल मेडिकलच्या पाचव्या वर्षाला असताना. जपे फॅमिलीवर पहाड कोसळला होता. डॉ. अनिल एका रोड अपघातात मृत्यू पावले. शरयू आणि राहुल दोघांनाही हे खूपच धक्कादायक होते. त्यांचे छत्रच हरवले होते; पण या आघाताचा तिच्यावर प्रतिकूल परिणाम न होता मुलासाठी आपल्याला उभे राहायला हवे म्हणून ती कणखर झाली. तिच्या या वागण्याने प्रभावित होऊन मग राहुलने तिला चांगल्या psychologistला नेऊन दाखविले. त्यानी दिलेल्या औषधांमुळे तिच्यात बऱ्यापैकी बदल झाला होता. आता तिने स्वतःच्या रोगावर नियंत्रण मिळविण्यासाठी बी.ए.मानसशास्त्राची पुस्तके मागवून घेतली आणि त्यांचा अभ्यास सुरू केला. राहुल एम.बी.बी.एस झाला. एम.बी.बी.एस.ला चांगले मार्क्स मिळाल्यानंतर त्याला एम.डी.ला प्रवेश आरामात मिळाला. डॉ. अनिलचे सेविंग्स बऱ्यापैकी असल्याने त्याला शिक्षणाला विशेष अडचण आली नाही.

राहुल एम.बी.बी.एस, एम.डी झाला होता. त्या सोबतच शरयू बी.ए.मानसशास्त्र झाली होती. एक दिवस राहुलला दवाखान्यात भेटायला गेली असताना, त्याच्याकडे गर्दी असल्याने ती पेशंटसोबत वाट बघत बसली. तिथे एक मुलगी आणि आई-बाबा आलेले दिसले. त्यांच्यात गप्पा चालू होत्या. त्या सहज तिच्या कानी आल्या. तिला एकदम ती आणि तिचे आई-बाबा यांच्यातील संवाद आठवले. त्या मुलीच्या नवऱ्याचा स्वभाव बहुधा तिच्या नवऱ्याप्रमाणे असावा असे तिला वाटले. तिने सहज त्या मुलीला विचारले की, तुम्ही कोणत्या डॉक्टरकडे आलात तर ते डॉ. राहुलकडेच आले होते. त्या मुलीची जनरल हेल्थ ठीक नव्हती. त्या मुलीचा नंबर येण्याआधी शरयूला आतून बोलावणे आले म्हणून ती आत गेली. तिने राहुलला त्या मुलीची

केस सांगितली. ती राहुलला म्हणाली की, तिला तपासून झाले की, ती त्या मुलीशी बोलणार आहे.

त्या मुलीचा नंबर आला. राहुलचे तपासणे झाल्यावर तो त्या मुलीला म्हणाला, ''या मॅडम तुमच्याशी बोलतील. त्या विचारतील त्यांना ठीक ठीक उत्तरे दे.'' ती मुलगी 'ठीक आहे,' असे म्हणून बाजूच्याच टेबलवर शरयू बसली होती तिकडे गेली.

''नाव काय बेटा?''

''संगीता.''

''अच्छा, हे तुझे आई-बाबा आहेत का?''

''हो, माझे आई-बाबा आहेत.''

''मगाशी तुझे आई-बाबांसोबतचे बोलणे माझ्या कानी आले. आता तू मला खरे खरे सांग, काय प्रॉब्लेम आहे?''

''प्रॉब्लेम नाही आहे मॅडम. माझे मिस्टर खूप हटवादी आहेत. अजिबात ऐकत नाहीत.''

''पण म्हणजे नेमके काय?''

मध्येच तिच्या बाबांनी बोलायला सुरुवात केली. ''मॅडम, पाच वर्षं झाली लग्नाला.पोर बाळ नाही, याचा दोष मुलीलाच देतात. आम्ही म्हटले तपासण्या करून घेऊ, तर म्हणे कुठले बाबा आहेत, त्यांच्याकडे जाऊन येऊ. बाबांनी सांगितले हिच्यात दोष आहे.''

''अच्छा म्हणजे इतक्या वर्षांनी पुनः तीच कहाणी. राहुल एक काम करता येईल का या हॉस्पिटलमध्ये हिच्या टेस्ट करता येतील का? मग आपण करून घेऊ. संगीता पैशाची काळजी करू नकोस, ते आम्ही देऊ.''

मग राहुलने त्यांना चिठ्ठी लिहून दिली आणि पुनः भेटायला येण्यास सांगितले. ते तिघेही टेस्ट झाल्यावर पुन्हा आले होते आणि म्हणाले की, pathology वाले म्हणाले की, आम्ही रिपोर्ट डॉ. राहुलना देऊ. राहुलने त्यांना 'नंतर येताना मिस्टर ना घेऊन या' असे सांगितले. राहुल मग शरयूकडे वळत म्हणाला, ''अगं, माझ्याकडे असे बरेच पेशंट येतात.असे करू या बाजूची केबिन खाली आहे. तिथे तू counseling सुरू कर.''

''कुठे रे, मला नाही जमायचे.''

''जमेल तुला, एक काम करू उद्या संगीता नवऱ्याला सोबत घेऊन येईल ना. त्याला तूच डील कर, ओके.''

''ठीक आहे.''

दुसऱ्या दिवशी राहुल सोबतच शरयूही हॉस्पिटलला आली. स्थानिक मेट्रो हॉस्पिटल हे एक प्रसिद्ध हॉस्पिटल होते. तिथे ती आज एक केस हाताळणार होती.

राहुलला त्याच्या आईबद्दल विश्वास होता. संगीता आणि तिचा नवरा आले. राहुलने त्यांना त्या दुसऱ्या टेबल समोर बसण्यास सांगितले.

"हां, कसे आहात?" शरयू.

"ठीक आहोत तसे."

"तसे म्हणजे कसे?"

"५ वर्षे झालीत मूलबाळ नाही."

"हो; पण तुम्ही टेस्ट केल्यात का?"

"नाही; पण आम्ही आमच्या बाबांना दाखविले."

"अच्छा ते डॉक्टर आहेत का?"

"नाही, ते पोहोचलेले आहेत."

"अच्छा, मग सर्दी-ताप आला की, बाबांना दाखवत असाल, हो ना."

"नाही, फॅमिली डॉक्टरला दाखवतो."

"का, बाबा नाही बरे करू शकत इतका साधा आजार."

"नाही मॅडम, सर्दी-खोकला साधा नसतो, लवकर बरं नाही वाटले, तर पुढे मलेरिया, टायफॉइडवर जाऊ शकतो."

"एकदम बरोबर, मग मूलबाळ होणं सोप्पं आहे का?"

"नाही मॅडम, ते देवाच्या हाती आहे, नशिबात असेल तर होईल म्हणून बाबांकडे गेलो."

"अच्छा, काय सांगितले बाबांनी."

"संगीतात दोष आहे म्हणाले. "

"अच्छा हिची टेस्ट केली त्यांनी?"

"नाही."

"नाही? मग कस काय सांगितले?"

"काय आहे मॅडम, मुलाला जन्म बाईच देते ना."

"मुलाला जन्म जर बाईच देते. मग लग्न कशाला करायचे?"

"असं कसं मॅडम, नवरा लागेलच की, एकटी कशी देणार जन्म?"

"हे कळते ना, एक स्त्री आणि पुरुष दोघे आवश्यक आहेत, मूल जन्माला येण्यासाठी, हो ना?"

"बरोबर, मॅडम."

"मग हेही तितकेच बरोबर आहे की, मूल होत नसेल, तर तीन शक्यता असू शकतात. एक तर दोष दोघांमध्ये असेल किंवा स्त्रीमध्ये किंवा पुरुषात. पटतं आहे ना."

"हो मॅडम"

''मग टेस्ट करायची झाली तर दोघांची करावी लागेल. एकाची करून भागणार नाही.''

''खरं आहे मॅडम तुमचं.''

''खरं आहे ना, मग एक सांगते, ते नीट ऐका. परवाच्या दिवशी संगीता आली होती. तिची टेस्ट आम्ही करून घेतली. तिच्यात दोष नाही. आज डॉ. राहुल चिठ्ठी लिहून देतील तुम्हीही टेस्ट करून घ्या. जरूरी नाही की, तुमच्यात दोष असेल, काही तशीच कारणे असतील तर डॉक्टर तसे सांगतील. त्याप्रमाणे उपाय करा. ठीक आहे. ऑल दी बेस्ट.''

ती दोघेही निघून गेल्यावर राहुलने उठून आईला मिठीच मारली. ''किती सोप्पं केलेस हे. मला वाटले नव्हते तो तयार होईल.''

दोन दिवसांनी संगीता आणि तिचा नवरा महेश येऊन भेटले. महेशमध्ये काही दोष नसल्याचे सांगितले आणि काही उपाय करायला सांगितल्याचे तो म्हणाला. दोघेही खूश होते. दोघेही शरयूच्या पाया पडले आणि आशीर्वाद घेऊन निघून गेले.

एक दिवस शरयू घरी बैठकीच्या खोलीत टीव्ही पाहत बसली होती. बाहेर कारचा आवाज आला. तिने दरवाजात येऊन पाहिले तर राहुल आणि त्या पाठोपाठ संगीता आणि महेश येताना दिसले.

''नमस्कार, मॅडम. खूप खूप धन्यवाद मॅडम. तुम्ही माझे डोळे उघडले नसतेत तर आज हे शक्य नव्हते. आजच हॉस्पिटलमध्ये चेक करायला आलो होतो.''

''काय सांगताय म्हणजे संगीता आई होणार,'' अभिनंदन.

''नाही मॅडम, तुम्ही सांगितले त्याप्रमाणे ती आई नाही आम्ही दोघे आई-बाबा होणार आहोत.''

त्यांनी पेढ्याचा एक डब्बाच शरयूला दिला. दोघेही खूप आनंदात होते.

महेश म्हणाला, ''माझ्यासारखे खूप लोक आहेत या जगात. तुम्हीही एक क्लिनिक सुरू करा. लोकांचा फायदा होईल मॅडम. इतर कुणाचे नाही ऐकले नाही ना, तरी लोक तुमचे ऐकतील. तुम्ही अगदी माझ्या आईसारखे समजावले.''

राहुलनेदेखील महेशला साथ दिली.

डॉ. अनिलच्या वाढदिवशी शरयूने आपले मानसोपचार क्लिनिक सुरू केले. मध्यंतरी क्लिनिक सुरू करण्यासाठी लागणारे आणखी खूप काही कोर्स केले होते.

एक स्त्री जी मानसिक दृष्टीने खचली होती. तिनेच इतरांच्या आयुष्यात उमेद निर्माण करण्याचे काम सुरू केले होते आणि स्त्रीदेखील असं करू शकते हे दाखवून दिले होते. डॉ. राहुलने तिच्या क्लिनिकच्या बोर्डवर फिनिक्स पक्ष्याचे चित्र क्लिनिकचे बोधचिन्ह म्हणून लावले होते.

नंदिनी

अमोलच्या म्हणजे प्रतापच्या चुलत भावाच्या लग्नासाठी सगळे बेळगावकर कुटुंबीय काल संध्याकाळपासून जळगावच्या रागिणी मंगल कार्यालयात जमा झाले होते. मेहरूण रोडवरचे हे मंगल कार्यालय, बळीरामपेठेतील बेळगावकरांच्या घरापासून, साधारणतः ६-७ कि.मी.वर असेल. सकाळचा ८.३०चा मुहूर्त असल्याने सगळेच गडबडीत होते. प्रताप स्नानासाठी गेलेला होता. त्याची आंघोळ संपली होती. तो टॉवेलने अंग पुसत असताना, कुणी तरी न्हाणीघराच्या दाराला ढकल्यासारखे वाटले आणि नंतर दार ठोठावल्याचा आवाज आला. प्रतापने टॉवेल गुंडाळला आणि दार उघडले, तर दाराशी एक अतिशय सुंदर मुलगी उभी असल्याचे त्याला दिसले. खूप सुंदर म्हणजे सुंदरतेच्या व्याख्येत फिट बसणारी होती. ''तिने तुम्ही प्रताप ना?'' ''हो.'' ''तुमच्या आईने पाठविले आहे,'' असे म्हणत तिने त्याने हातात धरलेल्या क्रीमच्या ट्यूबकडे बोट दाखविले आणि म्हणाली, ''तुमच्या आईने सांगितले आहे, म्हणे प्रतापचे स्नान आटोपले असेल. त्याच्या पाठीला जरा क्रीम लावून दे, क्रीमची ट्यूब त्याने नेली आहे.'' ''असं माझ्या आईने सांगितले?'' ''हो, त्या घाईत आहेत. फोन लाऊन देऊ. खात्री करून घ्या,'' असे म्हणत तिने मोबाईल पुढे केला.आपली आई असे काही नक्कीच करू शकते याचा त्याला विश्वास होता. कारण, नोकरी लागली तेव्हापासून 'लग्न करून घे, लग्न करून घे' असे चालू होते तिचे. तसेही क्रीम लावले नाही तर दिवसभर त्रास व्हायची भीती होती आणि ती ही लग्नाच्या दिवशी म्हणून तो खरं-खोट करण्याच्या भानगडीत पडला नाही.

''चल आत ये लवकर, कुणी पाहिले तर मुश्किल.'' ती पटकन न्हाणीघरात शिरली. प्रताप अतिशय तगडा आणि भर भक्कम शरीराचा होता. दिसायलाही चांगला होता. खूप मुली त्याच्या मागे लागल्या होत्या कॉलेजात असताना; पण तो कुणाला

भाव देत नसे. तिने पाठीला क्रीम लावायला सुरुवात केली. ती मुद्दामच जरा वेळकाढूपणा करीत होती. तिच्या मनात त्याला पाठीमागून मिठी मारायचा विचार कित्येकदा शिवून गेला; पण त्याच्याकडून काही प्रतिसाद न दिसल्याने ती चूप बसली होती. एवढा तगडा तरुण मुलगा, एक सुंदर मुलगी असे एकान्तात असताना, तो काहीच प्रतिक्रिया न देता मधून मधून 'झालं का, झालं का' विचारत होता, याचे तिला आश्चर्य वाटले. शेवटी तिने ते काम संपवायचे ठरविले. प्रताप तिला म्हणाला, ''आधी तू बाहेर निघ, मग मी निघतो.'' ती निघाली. मग प्रतापने हळूच कानोसा घेतला आणि तोही बाहेर पडला. मग दिवसभर त्याची नजर तिला शोधत होती.

लग्न आटोपले होते. संध्याकाळी सगळे घरी परतले होते. संध्याकाळी सगळ्यांच्या गप्पागोष्टी सुरू असताना प्रताप त्याच्या आईला म्हणाला, ''तुझीही कमाल आहे आई, एका तरुण मुलीला न्हाणीघरात माझ्या पाठीला क्रीम लावायला पाठवायचे असते का? आणि तेही मंगल कार्यालयात.'' ''अरे, मी कशाला पाठवते आहे. तूच कुणाला ओढून घेतलेस की काय क्रीम लावायला म्हणून. तुझा काही नेम नाही.'' सगळे एकदम हसले आणि प्रतापला विचारू लागले 'कोण होती सांग ना, कोण होती? मग लावले का क्रीम त्या मुलीने' वगैरे. असे सारे सुरू असतानाच प्रतापच्या आईला शालिनीला काही आठवले. तशी ती म्हणाली, ''अरे तू आंघोळीला गेल्यावर मी माझी मैत्रीण शुभाला म्हटले की, आज प्रतापला थंडीचा त्रास होणार बहुतेक. मला आज वेळ नाही क्रीम लावून द्यायला पाठीला, तेव्हा शुभा म्हणाली की, अगं नंदिनी आली नाही आज. ती आली असती तर तिलाच पाठविले असते. तशीही एम.डी.च्या शेवटच्या वर्षाला आहे ती. ती व्यवस्थित करेल हे काम; पण ती तर आलीच नव्हती,'' ''मग कोण असेल ती. अगं आई; पण ती नंतर मला दिसलीच नाही.''

''काय सांगतोस?'' प्रतापचे काका म्हणाले.

''त्या हॉलला काही भुताटकी वगैरे तर नाही ना,'' प्रतापचे बाबा आबासाहेब म्हणाले.

''बाबा तुम्ही काही भलत्या शंका घेऊ नका. ती आपल्या सारखीच हाडामांसाची स्त्री होती.''

''बरं एक सांग कशी होती दिसायला म्हणजे मी अंदाज बांधीन,'' शालिनी.

''ती ना एकदम मधुबालासारखी होती दिसायला,'' प्रताप.

''नको रे बाबा, तो किशोरकुमार उगीच रागवायचा, माझी बायको कुणी पळविली म्हणून,'' प्रतापचे काका गमतीने म्हणाले.

''ए काका, चेष्टा करू नकोस ना प्लीज. मला आता खरंच भीती वाटते आहे. बाबा म्हणतात, तसे भूत तर नसेल ना?'' प्रताप.

''थांबा, थांबा एक मिनिट, मधुबाला ना, मी एक फोटो दाखवते, तीच आहे का सांग,'' शालिनी.

मग शालिनी बेडरूमला जाऊन एक फोटो अल्बम घेऊन आली आणि त्यातला एक फोटो प्रतापला दाखवत म्हणाली, ''काय रे ही आहे का?'' प्रतापने फोटो पाहिला आणि म्हणाला, ''हो. हीच ती.'' ''पण ती तर आली नव्हती.'' ''कसं शक्य आहे. मला भास नाही झालेला.'' तेवढ्यात अनुजा जी आतापर्यंत सर्व ऐकत होती. ती म्हणाली, ''हो मी पाहिली मधुबालासारखी मुलगी. बाथरूमकडून निघताना म्हणजे स्नानगृहाच्या सुरुवातीला मोठा दरवाजा आहे. तिथून घाई घाईने येत होती. तिच्या हातात क्रीमची बॉटल होती, तीही पाहिली. तिच्या पाठोपाठ दबकत दबकत प्रताप दादा आला.'' ''ए दबकत दबकत वगैरे काही नाही. आता उगाच हातचे लावू नकोस; पण हे तर कन्फर्म झाले ना की ती आली होती,'' प्रताप.

त्यानंतर या विषयाची विशेष चर्चा झाली नाही. कारण, प्रताप सुट्टी संपल्यावर पुण्याला निघून गेला. पुण्याच्या केप-जेमिनीत तो नोकरीला होता. त्याची आई शालिनी सारखी लग्न कर म्हणून त्याच्या मागे लागली होती. २२व्या वर्षी बी.ई. झाल्यावर त्याला एका वर्षातच नोकरी लागली. नोकरी लागून आता चार वर्षं होत आली होती. प्रतापच्या डोक्यातून मात्र ती क्रीम लावून देणारी मुलगी काही जात नव्हती. ती जर लग्नात आली नव्हती, तर मग जी क्रीम लावून गेली, ती कोण होती? हे प्रश्न त्याच्या मनात येत होते आणि त्याला छळत होते.

लग्न आटोपल्यावर शालिनीताईंना थोडा निवांतपणा मिळाला होता. अशातच एकदा शुभा म्हणजे त्यांची मैत्रीण आणि नंदिनीच्या आईचा फोन आला. त्यांनी शालिनीताईंना गप्पा मारायला या म्हणून निरोप दिला. शुभाताई जिल्हापेठेत राहत असत. शालिनीताईंनी दुपारी येईन म्हणून सांगितले. दुपारी ४च्या सुमारास शालिनीताई शुभाताईंच्या घरी पोहोचल्या. त्यांनी बेल दाबली तसे नंदिनीने दार उघडले, ''या काकू.'' असे म्हणत तिने तिच्या आईला जोरात आवाज दिला, ''आई, ए आई, शालिनीकाकू आल्यात.'' शुभाताई बैठकीत आल्या. त्यांनीही हसून स्वागत केले. तेवढ्यात नंदिनी आतून पेढे घेऊन आली. ''काकू, पेढे घ्या. मी एम.डी. (मेडिसीन) झाले.'' ''अरे वा म्हणजे पूर्ण डॉक्टर झालीस आता. आम्हाला दुसऱ्या कुणा डॉक्टरकडे जायची गरज नाही.'' ''हो, आता क्लिनिक टाकायचे की कुणाच्या हाताखाली सुरुवातीला काम करायचे, ते बसून ठरवायचे आहे.'' ''नंदिनी तू डॉक्टर झालीस. मी आणि तुझ्या बाबांनी ठरविले आहे की, तू आता क्लिनिक टाकायचे की कुणाच्या हाताखाली सुरुवातीला काम करायचे, हे तुझ्या सासरच्या मंडळींनी ठरवायचे.कारण, इथे क्लिनिक टाकले आणि लग्न होऊन सासरी गेलीस, तर आम्ही त्या क्लिनिकचे काय करायचे हा प्रश्न पडेल आम्हाला.'' ''बरोबर आहे शुभाताई. मुलगी डॉक्टर असेल आणि सासर परगावचे मिळाले तर ही

समस्या येणारच.'' शालिनीताईंनी दुजोरा दिला. तसे नंदिनी म्हणाली; ''पण आई, इतकी काय तुला माझ्या लग्नाची घाई झालीय. साडेपाच वर्षं अभ्यासात गेली. थोडं मोकळं जीवन तर जगू दे की.'' ''तिचे म्हणणेही बरोबर आहे,'' शालिनीताईंनी दुजोरा दिला; ''पण आता मुलगा बघायला सुरुवात केली, तर कुठे दीड दोन वर्षे सहज लागतात लग्न ठरायला.'' ''हा, शुभाताई लग्नावरून एक आठवले. प्रताप म्हणत होता की, लग्नात त्याच्या पाठीवर क्रीम नंदिनीने लावले म्हणून. ती तर त्या दिवशी आली नव्हती ना?'' ''हो बरोबर आहे तुमचे. तिचा पेपर होता म्हणून ती मला सोडून निघून गेली. तुम्हाला तर माहीतच आहे. नंदिनीचे बाबा ऑडिटर असल्याने दौऱ्यावर असतात आणि मुलगा नितीन पुण्याला असतो, त्यामुळे मला कुठे पोहोचवायचे झाले, तर ते काम नंदिनीच करते. त्या दिवशीही तिने मला सोडले आणि ती घरी गेली.'' नंदिनीला वाटले आता आपली पोल खुलणार म्हणून ती पटकन म्हणाली, ''आई, मी तुला सोडले आणि निघणार, तर माझी एक मैत्रीण लग्नात भेटली. तुम्ही वरच्या गॅलरीत बोलत होता, तेव्हा मी खाली हॉलमध्ये तिच्या सोबत बोलत होते. मी तुमचे बोलणे ऐकले आणि त्याला क्रीम लावून निघून गेले.'' ''अच्छा असं झालं होतं का!'' असं शालिनीताई आणि शुभाताई दोघीही एकदम म्हणाल्या आणि हसायला लागल्या.

एवढ्यात शुभाताई काही आठवल्यासारख्या म्हणाल्या, ''शालिनीताई, अहो मी गप्पा मारायला या असा निरोप पाठवण्यामागे एक कारण आहे. ते गप्पांच्या ओघात विसरलेच होते. नंदिनीचे बाबा म्हणत होते की, नंदिनीसाठी प्रताप कसा वाटतो? तर मी त्यांना म्हटले की, शालिनीताईंना विचारून बघते. मी म्हणते तुम्हाला काय वाटते, आमच्या नंदिनीविषयी? तुमची सून करून घ्याल तिला?'' नंदिनी हे ऐकताच लाजून आत पळाली. ''नंदिनीबद्दल कुणी नाही म्हणू शकतो का? पण प्रतापला विचारावे लागेल. कारण, त्याच्या बाबांचे म्हणणे आहे की, लग्न कुणाशी करायचे हा त्याचा प्रश्न आहे. कारण, लग्न त्याला करायचे आहे. तो म्हणेल त्या मुलीशी लाऊन द्यायचे काम आपले. आमचे आणि तुमच्या घराण्याचे फार जुने संबंध, तुम्हाला आमच्या प्रदीपचे जे झाले ते माहीत आहे. त्याने शेवटपर्यंत दुसऱ्या कुणावर त्याचे प्रेम आहे आणि ज्या मुलीशी त्याचे लग्न ठरविले होते, तिच्याशी त्याला लग्न करायचे नाही, हे सांगितले नाही. लग्नानंतर त्याचा चार महिन्यांतच घटस्फोट झाला. तोपर्यंत त्याचे ज्या मुलीवर प्रेम होते, तिचे लग्न होऊन ती सासरी निघून गेली. मग वैफल्यग्रस्त अवस्थेत त्याने आत्महत्या केली. आम्ही दोघांनी या गोष्टीचा इतका धसका घेतला आहे की, लग्न म्हटले की आता काटा येतो.''

''मी समजू शकते. मीही तेच म्हणत होते. एकदा प्रतापला विचारून बघा. माझ्या पोरीच्या नशिबात तुमच्या घरासारखे सासर असेल आणि तुमच्यासारखी सासू असेल, तर होईल तिचे लग्न प्रतापशी, हो की नाही.'' ''खरे आहे तुमचे.

बराच वेळ झाला. आता निघावे म्हणते. प्रताप पुढच्या शनिवार–रविवारी इथेच
आहे, तेव्हा बोलते त्याच्याशी आणि कळविते तुम्हाला. तो हो म्हणाला तर मुलगी
पाहण्याचा कार्यक्रम करू. नंदिनीचे बाबा असतील ना तेव्हा इथे?'' ''हो शनिवार–
रविवार ते इथेच असतात,'' शुभाताई म्हणाल्या.त्यांचा निरोप घेऊन शालिनीताई
निघून गेल्या.

प्रताप शनिवारी येणार होता. शालिनीताई नेहमीच त्याच्याशी फोनवर
बोलायच्या; पण प्रदीपचे तसे झाल्यापासून त्यांनी ठरविले होते की, या वेळेस
हे काम प्रतापच्या बाबांवर सोपवावे. त्या आबासाहेबांशी या विषयावर बोलल्या
होत्या; पण हा विषय फोन वर न बोलता प्रत्यक्ष भेटीत बोलावा असे ठरले होते.
आबासाहेबांनी नंदिनीला पाहिले होते आणि ती त्यांना पसंत होती. प्रतापची मोठी
बहीण प्रीती यू.एस.ला होती. तिला नंदिनीचा फोटो एकदा व्हिडिओ चॅटमध्ये
दाखविला होता. तिलाही नंदिनी पसंत होती. बाकी कुणी नव्हते की, तिची किंवा
त्याची पसंती घ्यायची गरज होती.

अखेर शनिवार उजाडला. रात्रीच्या बसने सकाळी सकाळी प्रताप पोहोचला
होता. बस जरी स्लीपर बस असली, तरी रात्री झोप झाली नाही. कारण, रस्ता
तेवढा बरा नव्हता म्हणून प्रतापने चहा, नाश्ता झाल्यावर थोडी झोप घ्यायचे
ठरविले. साधारणतः १२च्या सुमारास तो बैठकीत आला. आबासाहेबांनी विचारले,
''काय बेटा, कसं काय चालू आहे नोकरीचे?'' ''नोकरीचे काय बाबा उत्तम चालू
आहे; पण आता आम्ही दोघे मित्रच असतो फ्लॅटमध्ये. दुसरासुद्धा जाईल बहुतेक
उद्या परवाकडे. बाकीचे पुणे सोडून गेल्यामुळे, दोघांसाठी काही पोळ्यावाली येत
नाही आणि यायला तयार झाली तरी पैसे खूप मागते. डबा लावायचा म्हणाल, तर
डबा वेळेवर येत नाही. जेवणाचे हाल चालू आहेत. कंपनीत एक वेळचे जेवलो,
तर चांगलं जेवण मिळतं; पण रात्री निवांतपणे जेवताना चांगलं जेवण मिळायला
हवं. एकदा तरी घरचं जेवण पाहिजे, असे वाटते, आबासाहेब.'' ''म्हणूनच तर
तुला म्हणते मी की, लग्न करून घे. आहे का तुझी मैत्रीण कुणी, तसं असेल तर
सांग बाबा. तिच्या आई–बाबांशी संपर्क करू.'' ''आई, मी तुला नेहमी लग्नाच्या
बाबतीत विरोध करत आलोय; पण आज करणार नाही. कारण, मला होणारा त्रास
नाही. आज काल तुझा विचार येतो मनात. इतकी वर्षं एकटी किती काम करत
आली आहेस. आत्याचे लग्न तूच करून दिलेस. त्यातल्या त्यात सुधीर काकाने तुझा
विचार करीत रजिस्टर्ड लग्न केले. तुलाही कधी वाटत असेल ना विश्रांती मिळावी.
तुलासुद्धा दुसऱ्या कुणी बनवलेलं खावंसं वाटत असेल ना, आई.''

शालिनीताईंना एकदम गहिवरून आलं. त्या एकदम उठून प्रतापच्या जवळ
गेल्या आणि त्याला जवळ घेत म्हणाल्या. 'बेटा, पाहता पाहता खूप मोठा झालास
रे; पण मला आधी सांग, तुझं कुणावर प्रेम वगैरे नाही ना?'' ''नाही आई, प्रेम

वगैरे नाही कुणावर. तू पाहिली आहेस का कुणी?'' ''हो म्हणजे तुला सांगून
आलीय, नंदिनी.'' ''ओह,ती क्रीमवाली.'' ''हो नुकतीच ती एम.बी.बी.एस,
एम.डी. झाली. तिच्या आईने मला खास बोलावून घेतले होते. त्या म्हणत होत्या
तुझ्याबद्दल.'' प्रताप म्हणाला, ''आई, तू असे कर उद्या सकाळी त्यांना बोलावून
घे.'' शालिनीताई एकदम उत्तेजित झाल्या. ''ठीक आहे मी आत्ताच फोन करते,''
असे म्हणून त्यांनी मोबाईल उचलला आणि शुभाताईंना रविवारी सकाळी दहाचे
आमंत्रण देऊन टाकले.

रविवारी सकाळी बरोबर दहा वाजता नंदिनी, तिचे आई-वडील आणि तिचा
भाऊ नितीन हे प्रतापच्या घरी पोहोचले. समोर प्रताप असल्याने त्यानेच सगळ्यांचे
स्वागत केले. ''या अगदी राइट टाइम, बिलकुल वाट पाहायला लावली नाहीत.''
''म्हणजे वाट पाहत होतास का तू?'' शुभाताई म्हणाल्या. 'तसंच काही नाही; पण
राइट टाइम आलात. अशी वेळ पाळणारी माणसं आवडतात मला,'' असे म्हणत
त्याने 'आई-आबा... ते आलेत' असा आवाज दिला. 'हो आलोच.' आतून
आवाज आला. तोपर्यंत नंदिनी आणि तिचा परिवार स्थानापन्न झाला होता.

''नमस्कार, या स्वागत आहे,'' आबासाहेब म्हणाले.

''नमस्कार, कसे आहात?'' नंदिनीचे बाबा.

''तुमची ऑडिटची नोकरी म्हणजे पायाला भिंगरी. कंटाळा येत असेल सारखे
फिरायचे म्हणजे,'' आबासाहेब.

''हो; पण त्यामानाने बरं आहे, काही वेळेस जवळपासची गावं मिळतात.''

''अच्छा; पण शनिवार, रविवार सुट्टी असते ते बरं.''

''हो ते एक बरं आहे, निदान दोन दिवस फॅमिली सोबत राहायला मिळतं.''

''हो ना, काय नंदिनी, डॉक्टर झालीस म्हणे? पण पेढे फक्त काकूला हे
बरोबर नाही,'' आबासाहेब.

''हो, डॉक्टर झाले. तुमच्यासाठी आणलेत ना पेढे,'' असे म्हणत तिने
प्रत्येकाच्या समोर पेढ्याचा डबा नेला.

''चला आता मूळ विषयावर बोलू या. सर्वांत आधी पसंती, मुलगा आणि
मुलगी यांची. तेव्हा मी म्हणतो की, त्या दोघांना आधी बोलू देऊ या एकमेकांशी.
प्रताप-नंदिनी तुम्ही दोघे आत जाता की आम्ही सगळे आत जाऊ?'' आबासाहेब.

''तुम्हाला जा सांगायला बरे वाटत नाही आबा. आम्ही दोघेच आत जातो,''
प्रताप.

"very sensible" नंदिनीचे बाबा म्हणाले.

प्रताप आणि नंदिनी आतल्या खोलीत शिरताच प्रतापने हात पुढे करत
''नंदिनी, डॉक्टर झाल्याबद्दल अभिनंदन...'' नंदिनी हात पुढे करत 'थँक यू'

म्हणाली. ''नंदिनी मला एक गोष्ट सांग तू खरोखर आली होतीस का पाठीला क्रीम लावायला?'' ''प्रताप, अहो तुमच्या आईनादेखील सांगितलं मी परवाच्या दिवशी. तसंच झालं होतं; पण का हो?'' ''नंदिनी, तू आधी एक काम कर. मी तुला अरे तुरे म्हणतोय अन् तू हे काय लावलंय. आधी दोघेही अरे-तुरे म्हणू या.'' ''Agree यस बॉस,'' नंदिनी म्हणाली. ''बरं आता लग्नाबद्दल तुला मी पसंत आहे का प्रताप?'' ''नाही, म्हणजे लेडिज फर्स्ट. म्हणजे तू आधी सांग मग मी.'' ''प्रताप तू तर मला त्या दिवशीच आवडला होतास, क्रीम लावले तेव्हा. खरं सांगू तुझ्या प्रेमात पडले आहे. अन् तू?'' ''नंदिनी, मला तू आवडलीस क्रीम लावलेस त्या दिवशी.'' ''मग आता पुढे काय?''

''नंदिनी, तुला असं नाही वाटत की, नवरा-बायको म्हणून एकमेकांना समजून घ्यायला म्हण, स्वीकारायला म्हण, थोडा एकत्र वेळ घालवायला हवा.''

''पण प्रताप, तू पुण्याला अन् मी जळगावला कसं जमेल रे?''

''तुझी हरकत नसेल तर एक गोष्ट शेयर करू.''

''हो, अगदी बिनधास्त कर प्रताप.''

''मी काय म्हणतो, तू पुण्याला येऊन राहिलीस तर कसे? म्हणजे लिव इन relationship मध्ये राहायचे आणि एक ठरवून घ्यायचे आधीच, दोघानी अंतर ठेवून राहायचे. असे काहीही करायचे नाही की, सीमा तोडल्या जातील. तयारी आहे का तुझी?''

''पण माझ्या आई-बाबांची परवानगी मिळेल की नाही माहीत नाही. आता बाहेर जाऊन विचारू. उद्या जर आपले पटले नाही, तर पुनः या सगळ्यासाठी उभे राहणे मला आणि त्यांनाही जड जाईल.''

''ठीक आहे नंदिनी. बाहेर मोठ्यांचा विचार घेऊ या.''

मग दोघेही हॉलमध्ये आले.

''काय ठरले तुमचे दोघांचे,'' आबासाहेब म्हणाले.

''हा, आम्ही दोघेही एकमेकांना पसंत आहोत,'' प्रताप.

''मग वाट काय पाहायची, उडवून देऊ या बार लग्नाचा.''

''बाबा; पण आमचे दोघांचे असे म्हणणे आहे की, एकमेकांना समजून घ्यायला थोडा वेळ हवा.''

''ठीक आहे, लग्न ठरवून ठेवू आणि मग लग्न करा सहा महिन्यांनी,'' शालिनीताई म्हणाल्या.

''नाही आई, तसे नाही. नुसते लग्न ठरवून काय होणार.? नंदिनी इथे राहील आणि मी पुण्याला. कसे समजून घेणार मग एकमेकांना,'' प्रताप.

''मग काय करायचे म्हणतोस?'' आबासाहेब.

''आम्ही दोघांनी विचार केला की, नंदिनी आणि मी दोघेही पुण्याला सोबत राहू पुढचे तीन महिने. लिव्ह इन रिलेशनशिपमध्ये राहायचे म्हणतो.''

''अरे प्रताप, नंदिनी तयार आहे का पण? तिच्या आई-बाबांचे काय म्हणणे आहे?'' शालिनीताई.

''हो, तेच तर बोलायचे आहे त्यांच्याशी.''

''काय शुभाताई. काय म्हणताय? काय म्हणणे आहे तुमचे?''

''मला तर पटत नाही हे. कारण उद्या दोघेही एकमेकांना पसंत नाही म्हणाले, तर मग पुढे काय याचाही विचार करायला लागेल.''

''खरे आहे तुमचे म्हणणे, शुभाताई.''

तेव्हा नंदिनी म्हणाली, ''पण आई, काकू त्याशिवाय एकमेकांना एकमेकांची ओळख व्हायची कशी?''

''म्हणजे नंदिनी, तुझी तयारी आहे तर,'' शुभाताई म्हणाल्या.

''आई, आम्ही एकमेकांना पसंत आहे म्हटल्यावर काय प्रॉब्लेम आहे, सांग ना?''

''मग तू जर ठरविले आहेस तर आम्ही नाही म्हणणारे कोण?'' शुभाताई.

''असे म्हणू नकोस आई. तू नाही म्हणालीस तर नाही जाणार मी प्रतापसोबत.'' नंदिनी.

''हो काकू, तुम्ही अगदी मनापासून तयार असाल तरच आम्ही दोघे पुण्याला जाऊ.'' प्रताप.

''नाही रे, मला तसे म्हणायचे नव्हते. थोडा विचार करायला वेळ तर हवा ना.'' शुभाताई.

''काकू आज रविवार आहे. मी सोमवार, मंगळवारची सुट्टी टाकली आहे. मंगळवारी संध्याकाळी निघणार मी. तोपर्यंत वेळ आहे. तुम्ही नाही म्हटलंत तर मला राग येणार नाही.कारण, मुलगी तुमची आहे. निर्णय तुम्हालाच घ्यायचा आहे,'' प्रताप.

''ठरलं तर मग आमचा निर्णय झाला की, तुम्हाला कळवितो. चला बराच वेळ झाला निघतो आम्ही.'' नंदिनीचे बाबा.

''ठीक आहे. कळवा मग, आम्हाला तुमचा निर्णय झाला की, मंगळवारपर्यंत'' शालिनीताई.

नंदिनी, तिचे आई-बाबा आणि भाऊ निघून गेल्यावर शालिनीताई प्रतापला म्हणाल्या, ''काय रे प्रताप, हे लिव्ह इन रिलेनशिपचे एकदम कसे डोक्यात आले? आधी तर असे काही कधी बोलला नाहीस ते.''

"आई, अमोलच्या लग्नानंतर मी पुण्याला गेलो. मधल्या काळात एक हॉलिवूडचा चित्रपट पाहण्यात आला माझ्या. मला एकदम अमोलच्या लग्नातल्या त्या क्रीम लावण्याच्या प्रसंगाची आठवण झाली. आई, त्या चित्रपटात जी नायिका असते. त्या नायिकेलासुद्धा एक वेगळीच शक्ती लाभलेली असते. तिची प्रकर्षाने कुणी आठवण काढली, तर म्हणजे जर समजा कुणी असे म्हटले की, आज ती इथे हवी होती की ती लगेच तिथे पोहोचते. मला असे मनात आले की, नंदिनीला अशी शक्ती अवगत असेल तर? कारण, अमोलचे लग्न आटोपल्यावर मी खूप जणांना विचारले, तर सगळे असेच म्हणाले की, ती स्कूटीवर आली होती आणि तिच्या आईला सोडून लगेच निघून गेली. मग ती क्रीम लावायला कशी आली? मुख्य म्हणजे तू सांगितले त्याप्रमाणे शुभाकाकू तुला म्हणाल्या की, आज जर नंदिनी इथे असती तर तिने क्रीम लावून दिले असते. त्यावरून मला पक्की खात्री पटलीय की, नंदिनीला त्या नायिकेसारखी शक्ती प्राप्त आहे. म्हटले मनात आले आहे तर शंका दूर करून घ्यावी."

"अरे पण असे कुठे होते का कधी? ते फक्त चित्रपटात होऊ शकते," शालिनीताई.

"आई शंका आहे तर ती दूर करून घ्यावी. ती इतकी सुंदर आहे की, समजा कुणाच्या काही मनात आले आणि ही तिथे चालली गेली तर प्रॉब्लेम व्हायचा, असे नको."

"बरोबर आहे प्रताप तुझे," आबासाहेब म्हणाले.

रविवार निघून गेला होता. नंदिनीकडून काहीच निरोप आलेला नव्हता. प्रताप आईला म्हणाला, "आई ते बहुतेक नाही म्हणतील असे वाटते आहे मला. तिच्या आईच्या बोलण्यावरून असे वाटत होते की, ते बहुतेक माझ्या बरोबर तिला पाठवायला तयार होणार नाही. थोडे conservative वाटतात मला ते."

"अरे असं कसं म्हणतोस आम्ही त्यांच्या जागी असतो, तर कदाचित असाच विचार केला असता. शेवटी मुलगी त्यांची आहे. घेऊ दे त्यांना वेळ." असे दोघेही बोलत असतानाच नंदिनीचा भाऊ नितीन आला. "ये नितीन ये, ये बस ना," शालिनीताई म्हणाल्या. नितीन म्हणाला, "नमस्कार काकू, प्रताप दादा. आई-बाबांचा निरोप घेऊन आलो आहे. ताईला पुण्याला घेऊन जाऊ देण्यास दोघेही तयार आहेत; पण विचारले आहे की, जो दुसरा मुलगा राहत होता, प्रतापदादा सोबत. त्याने रूम सोडली का?"

"त्यांना सांग की, आजच त्या मित्राचा फोन आला होता. त्याला कंपनी दूर पडते म्हणून, त्याने दुसरीकडे शिफ्ट केले आहे. बरं आणखी एक निरोप दे. मी आज संध्याकाळी येतोय सार काही ठरविण्यासाठी," प्रतापने नितीनला सांगितले.

''ठीक आहे दादा, काकू येतो मी.''

''अरे इतकी काय घाई आहे, बस ना जरा.''

''नाही काकू, चलतो मी, बरीच कामं आहेत. ताईसाठी काही गोष्टी आणायला जायचे आहे. कारण, मी उद्या सकाळी निघेन. मग बाबांना जावे लागेल तिच्या बरोबर.''

''ठीक आहे.''

शालिनीताई आणि प्रतापचा निरोप घेऊन नितीन निघून गेला. संध्याकाळी, प्रताप नंदिनीच्या घरी जाऊन गेला. तिथे बसल्या बसल्या त्याने, रात्रीच्या स्लीपर बसचे रिझर्व्हेशन केले. संध्याकाळी सहाची बस होती. दुसऱ्या दिवशी त्याला ड्यूटीवर जायचे होते. ठरल्याप्रमाणे मंगळवारी संध्याकाळी सहाच्या बसने दोघेही पुण्यासाठी निघाले होते. नंदिनीचे आई-बाबा तिला सोडायला बसस्टँडवर आले होते. रात्रीची बस म्हणजे स्लीपर बस. त्यांना दोघांना एकाच बेडवर झोपावयास लागणार होते. नंदिनीला अवघडल्यासारखे झाले होते; पण थोड्या वेळाने सिंगल बर्थ मिळाला दोघांनाही, कारण दोन सिंगल बर्थवाले प्रवासी आलेच नव्हते. रात्री साडेआठच्या सुमारास बस थांबली, तेव्हा दोघांनी जेवण करून घेतले. जेवणानंतर दोघांना जे झोप आली, ते दोघेही सकाळीच उठले. नंदिनीने बाहेर डोकावून पाहिले, तर पुणे आले होते. नाशिक फाट्याला दोघेही उतरले. प्रतापचा फ्लॅट पिंपरीला होता. दोघे ऑटोरिक्षाने घरी गेले. प्रतापने लगेच स्वतःच्या घरी आणि नंदिनीच्या घरी फोन करून पोहोचल्याचे सांगितले. सकाळी साडेनऊला प्रतापला ऑफिसला जायचे होते. ''नंदिनी, आज काही आपण घरी नको करायला, बाहेरूनच मागवू. उद्या बाईला बोलावून घेतो. तू काही घरी करू नकोस.''

''प्रताप, अरे तुझ्या सोबत आले आहे. एकमेकांना समजावून घेण्यासाठी. मी स्वयंपाक केला नाही, तर तुझ्या आवडीनिवडी मला कळणार कशा? आज बाहेरून मागव, उद्यापासून मी करेन. ठीक आहे अन् हे बघ आता यावर डिस्कशन नको.''

''नंदिनी, तू आतापासूनच हक्क गाजवायला लागली आहेस,'' प्रताप म्हणाले.

''हो मग, मी कशी आहे हे, अगदी पहिल्या दिवसापासून कळायला हवे ना?''

''खरं आहे.''

साडेनऊ वाजता प्रताप ऑफिसला गेला. मग एकटीने काय करायचे हे तिलाच कळत नव्हते म्हणून तिने जवळपास कुठले हॉस्पिटल आहे. हे गुगलवर सर्च करायला सुरुवात केली. घरापासून जवळच समर्थ हॉस्पिटल अगदी अर्ध्या किलोमीटरवर होते. तिने फोन नंबर मिळतो का बघितले. फोन नंबर मिळाल्यावर, तिने हॉस्पिटलला फोन लावला. तिथे काही व्हेकन्सी आहे का विचारले. समर्थ

हॉस्पिटलला एम.डी.मेडिसीन कुणीच नव्हते.तिने कुणाशी बोलावे लागेल वगैरे माहितीही घेतली. जेवण आटोपल्यावर ती बाहेर पडली.ऑटोरिक्षा लगेच मिळाली. तिने ऑटोरिक्षावाल्याला समर्थ हॉस्पिटल सांगितले. समर्थ हॉस्पिटलला जाऊन पोहोचली. गेल्या गेल्या तिने रिसेप्शनला जाऊन विचारले. तिथे डॉ. अग्रवाल यांना भेटावे लागेल असे सांगितले. तिने डॉ. अग्रवालांचे केबिन कुठे आहे विचारले, तेव्हा एका कंपाऊंडरने पहिल्या मजल्यावर लिफ्टला लागून असल्याचे सांगितले. लिफ्टच्या बाजूलाच डॉ. अग्रवाल अशा नावाची पाटी लागलेली दिसली. बाहेर चपराशी बसून होता. त्याच्याकडे एक स्वतःच्या नावाची चिठ्ठी लिहून दिली. चपराशी आत गेला आणि अवघ्या दोनच मिनिटांत बाहेर आला. ''मॅडम, आत बोलावले आहे.'' ''ठीक आहे,'' असे म्हणून नंदिनी दरवाजाकडे वळली. दार थोडे आत लोटत म्हणाली, ''मे आय कम इन सर.'' आतून आवाज आला, 'येस कम इन.' नंदिनी आत गेली. गेल्यावर नमस्कार वगैरे झाल्यावर डॉ. अग्रवाल तिला बसा म्हणाले. थोडा वेळ दोघांमध्ये, केव्हा एम.बी.बी.एस., एम.डी (मेडिसीन) केले वगैरे बोलणे झाल्यावर डॉ. अग्रवाल म्हणाले, ''मॅडम तुम्ही केव्हा जॉइन होऊ शकता?'' ''सर आज मंगळवार आहे, येत्या सोमवारी जॉइन करीन. मी जळगावहून आले आहे.'' ती आजच जळगावहून आली आणि लगेच जॉबसाठी विचारायला आली. याचे त्यांना कौतुक वाटले, त्यामुळे त्यांनीही लगेच जॉइन करण्याबद्दल घाई केली नाही. ''ठीक आहे, या मग सोमवारी, तुमच्या नावाची नेम प्लेट बनवून घेतो. तुम्हाला कुठल्या केबिनला बसायचे ते ऑफिस अधीक्षक सांगतील. मी त्यांना आता फोन करून सांगतो.'' ''ठीक आहे सर. थँक यू सर, येते मी.''

केबिनमधून बाहेर पडल्यावर ऑफिस अधीक्षकांचे केबिन कुठे आहे म्हणून बाहेरच्या चपराश्याला विचारले. तीन केबिन सोडून त्यांचे ऑफिस असल्याचे त्याने सांगितले. तिने ऑफिस अधीक्षकांना जाऊन विचारले त्यांनी ओपीडी नंबर चारमध्ये बसा असे सांगितले. ती त्यांचा निरोप घेऊन बाहेर निघाली आणि अर्ध्या तासात घरी पोहोचली. तिच्या आईचा फोन येऊन गेला. त्या खूप तिची आठवण काढत होत्या. मग नंदिनीने आईला सांगितले की, ती हॉस्पिटलला जाऊन आली वगैरे. आई तिला म्हणाली की, आज खूप सुनेसुने वाटते आहे. त्यांना नंदिनी घरी नाही, या गोष्टीची सवय नव्हती. ती कॉलेजला जात असली तरी संध्याकाळी घरी येईल हे समाधान असायचे. तिने एक व्हॉट्सअॅप ग्रुप बनविला होता.त्यात प्रताप, त्याचे आई-बाबा, नंदिनी, तिचे आई-बाबा आणि भाऊ नितीनला मेंबर करून घेतले होते.

संध्याकाळचे सात वाजले होते. प्रताप घरी आला. त्याने नंदिनीला विचारले की, तिचा वेळ कसा गेला. तिने ती समर्थ हॉस्पिटलला जाऊन आली, तिथे तिने डॉ. अग्रवाल, जे हॉस्पिटलचे मुख्य ट्रस्टी आहेत, त्यांची भेट घेतल्याचे सांगितले. तिने तिला जॉब लागल्याचे आणि सोमवारपासून जॉइन व्हायला सांगितल्याचे

प्रतापला सांगितले. प्रताप तिची तडफ आणि काम करण्याची इच्छा पाहून खूश झाला. तो तिला म्हणाला की, मला खरोखर तुझा अभिमान वाटतो. लव यू डिअर. तिनेही त्याला लव्ह यू टू म्हटले. त्या दोघांना आधल्या रात्री पुरेशी झोप न झाल्याने बेडवर पडल्या पडल्याच झोप लागली.

सकाळी सहा वाजताच प्रतापला जाग आली. मोबाईल पूर्ण चार्ज झाला होता. त्याने इंटरनेट सुरू केले आणि व्हॉट्सॲप बघायला सुरू केले. त्यांच्या फॅमिली ग्रुपमध्ये बघतो तर नंदिनीच्या आईने तिचा आणि नंदिनीचा एक सेल्फी टाकला होता. खाली लिहिले होते आज नंदिनीसोबत काढलेला सेल्फी. नोकरी मिळाल्याने नंदिनी खूश दिसते आहे. त्याला आश्चर्य वाटले. काल सकाळीच आपण इथे आलो आणि हिचा आजचा सेल्फी कसा काय आईसोबत? संध्याकाळी मी घरी आलो होतो, तेव्हा घातलेल्या ड्रेसमध्ये नंदिनी आणि तिच्या आईचा फोटो. त्याला ज्या गोष्टीची भीती वाटली होती. ती गोष्ट खरी ठरली होती. नंदिनीमध्ये काही विलक्षण शक्ती होती की, कुणाच्या मनात तिला भेटण्याची तीव्र इच्छा झाली की, ती कुठेही जाऊ शकत होती. आधी फक्त त्याची ही शंका होती. कन्फर्म व्हायचे होते. आता कन्फर्म झाले होते. एक पुरावा तर हातात लागला होता.

तो विचारात मग्न असताना नंदिनी उठली आणि तिने प्रतापला पाठीमागून केव्हा मिठी मारली त्याला कळलेच नाही. तिने लाडीकपणे त्याला विचारले इतक्या सकाळी सकाळी काय झाले? कसला विचार करतोस, राजा? त्याने जरा लटका राग दाखवत तिला म्हटले, ''नंदू हे बरोबर आहे का? एकटे एकटे जळगावला जाऊन आलीस.'' ती जरा दचकलीच; पण प्रतापचे तिच्याकडे लक्ष नाही हे पाहून, स्वतःला सावरत म्हणाली, ''जळगावला जाणे कसं शक्य आहे? ते काय पिंपरी आणि पुणे इतके जवळ जवळ आहे का; पण असे का म्हणतो आहेस तू?'' ''अगं तुमच्या मातोश्रीने सेल्फी टाकला आहे. हा तू जो ड्रेस घातला आहेस ना सध्या. तोच ड्रेस त्या फोटोत आहे.'' ''अरे पण तो माझा ड्रेस खूप जुना आहे.आधी काढलेला सेल्फी आईने आता शेअर केला असेल.'' ''नंदिनी, त्या फोटो खाली काय लिहिले आहेस वाचलेस का?'' ''अरे असे होत नाही का कधी सांग. आपण जुनाच फोटो शेअर करतो, नव्या कमेंट्ससोबत.'' ''ओके ओके ठीक आहे. माझे चुकले,'' असे म्हणत प्रतापने माघार घेतली.

मग थोड्याच वेळात प्रताप तयार होऊन ऑफिसला निघाला. त्यांचा फ्लॅट दुसऱ्या मजल्यावर होता. तो लिफ्टने खाली गेला. कारपाशी जाऊन बघतो, तर कारची किल्ली तो वरच विसरला होता. तो पुनः लिफ्टने वर आला. दारापाशी पोहोचला आणि बेल वाजवणार तर नंदिनी जोरजोरात कुणाशी तरी बोलत असल्याचा आवाज आला. त्याने बेल न वाजवता बोलण्याकडे लक्ष केंद्रित केले. ''आई तुला येताना किती वेळा बजावले होते की, आपल्या दोघींचे सेल्फी टाकू नकोस'' आणि अचानक

बाहेर मोबाईलची रिंग वाजल्याने सावध होत ती म्हणाली, ''असे जुने सेल्फी उगीच गोंधळ निर्माण करतात.'' तिने बाहेर येऊन बघायच्या आधीच बेल वाजवावी म्हणून प्रतापने बेल वाजवली. नंदिनीने दार उघडले. ''अरे लगेच परत कसा काय आलास?'' ''अगं कारची किल्ली नेली नव्हती. तू काय करीत होतीस?'' ''काही नाही रे फोनवर बोलत होते मी आईशी.'' ''का गं काय म्हणत होत्या आई?'' ''काही नाही माझ्याशिवाय राहायची सवय नाही, त्यामुळे आठवण येत होती म्हणाली.'' ''नंदिनी, त्यांना सांगितलेस की नाही. आठवण काढू नको म्हणून, प्रॉब्लेम होतो.'' ''कसला प्रॉब्लेम?'' ''अगं, काही नाही. तुला इथे आठवण यायला लागली, तर मला घेऊन जावे लागेल ना जळगावला.'' ''अच्छा म्हणून म्हणालास.'' ''हो मग तुला वेगळे काय वाटले?'' ''काही नाही, चल पळ उशीर होतोय तुला.'' तिने आता विषय जरी टाळला असला तरी उशीर झाला होता, हेही तितकेच खरे होते. प्रताप ताबडतोब निघाला आणि धावतच पार्किंगमधली कार काढली अन् ऑफिसला जवळ जवळ धावतच जाऊन पोहोचला. जवळपास सव्वा महिना असाच निघून गेला होता. प्रतापने मागितलेले तीन महिने पुरे पडतील की नाही, असे त्याला वाटायला लागले होते. त्या दोघांमध्ये बाकी छान चालले होते. नंदिनी हॉस्पिटलला जात होती.

अन् अचानक तो दिवस उगवला. ज्याची प्रताप वाट पाहत होता. त्या दोघांनी उद्या लोणावळ्याला जाऊन येऊ असे ठरविले. ते पिंपरीत राहत होते, त्यामुळे लोणावळा तसे जवळच होते. नंदिनी आणि प्रताप दोघेही वेगवेगळ्या खोलीत राहत होते. प्रताप सकाळी उठला. मॉर्निंग वॉकला जाऊन आला; पण नंदिनीचा उठायचा पत्ता नव्हता. दारही आतून लावून घेतले होते. दोन तास होऊन गेले. काय करावे, दार तोडावे का? इतक्यात नंदिनी पूर्ण तयार होऊन बाहेर आली. ''अगं काय झाले? किती हाका मारल्या मी तुला. कुठे होतीस?'' प्रतापने प्रश्नांचा भडिमार केला. ''अरे कुठे असणार आहे. खोलीतच होते. रात्री झोप लागली नाही. सकाळी सकाळी डोळा लागला, त्यामुळे झोप उघडली नाही आणि कदाचित तू आवाज दिलास, तेव्हा मी बाथरूममध्ये असेन; पण एवढे काय झाले?'' ''नंदिनी, सात वाजता निघणार होतो आपण. आता किती वाजलेत बघितले का?'' ''हो म्हणून तर तयार होऊन बाहेर आले.'' ''अच्छा; पण आपण लोणावळ्याला जातोय कुठे लग्नाला नाही. टी शर्ट जीन्सऐवजी हे काय भारीतली साडी आणि दागिने?'' नंदिनीला लक्षात आले. आपण बहुतेक पकडले जाणार म्हणून ती वळणार एवढ्यात प्रताप म्हणाला, ''थांब या ड्रेसवर आपण एक सेल्फी काढू.'' नंदिनीच्या लक्षात आले नाही की आपण फसतोय. ती तयार झाली. एक सेल्फी काढल्यावर ती चेंज करायला आत गेली. प्रतापच्या बहुतेक आवडीचे असावे, असे समजून टी शर्ट जीन्स घालून बाहेर आली. ''वा, या औटफिटमध्येही छान दिसतेस तू.'' दोघेही लोणावळ्याला जाऊन आले.

घरी आल्यावर त्याने लोणावळ्याचे काढलेले फोटो माय परिवार व्हॉट्सग्रुपवर शेयर केले, तर त्यात तिच्या आईने सकाळीच जळगावला पार पडलेल्या, तिच्या मैत्रिणीच्या लग्नाचे फोटो टाकले होते. १५-२० फोटो होते. फोटो पाहता पाहता एका फोटोवर त्याची नजर स्थिरावली. नंदिनीच्या मित्र-मैत्रिणींचा तो एक ग्रुप फोटो होता. नंदिनीची मैत्रीण भैरवीच्या बाजूला त्याला नंदिनी उभी असलेली फोटोत दिसली. तो फोटो कुणी डिलिट करायच्या आधी, त्याने फोनवर डाऊनलोड करून घेतला. जेवण तयार झाल्यावर नंदिनीने प्रतापला जेवायला बोलावले. बोलता बोलता प्रतापने विषय काढला. ''भैरवीच्या लग्नाचे फोटो छान आलेत. तुझ्या आईने ग्रुपवर अगदी वेचून १५-२० फोटो पाठविलेत.'' ''वेचून पाठविलेत म्हणजे?'' ''अगं अगदी मोजकेच पाठविलेत म्हणून म्हटलं. छान झालेले दिसतंय लग्न.'' ''हो का, मी बघते ते फोटो जेवण झाल्यावर.'' ''नंदिनी तू बघ जेवण झाल्यावर; पण ते तेवढे महत्त्वाचे नाही. कारण, लग्न कसे झाले तुला माहीत आहे. तू म्हणशील मला कसे माहीत तर मी तुझा फोटो ग्रुप फोटोमध्ये बघितला. आज तर तू हेही म्हणू शकणार नाहीस की जुना टाकला असेल आईने. कारण, भैरवीच्या लग्नातला ग्रुप फोटो आहे. पाठीमागे भिंतीवर बॅनर आहे. लग्नाचा, अगदी वधू-वराचे नाव आणि तारखेसकट. पुनः आपल्या सेल्फीतला ड्रेस आणि फोटोतला सारखाच आहे.'' ''अरे काय हे पाळत ठेवून होतास का माझ्यावर. अगदी मी गुन्हेगार असल्यासारखे इन्वेस्टिगेशन केलेस.'' नंदिनी अगदी रडकुंडीला आली होती. प्रताप उठून तिच्या जवळ गेला. ''नंदिनी, असे का करेन मी; पण आपण पहिल्यांदा भेटलो ना माझ्या भावाच्या लग्नात आणि त्यानंतर तू तिथे आली नव्हतीस असेही कळले. भरीला तितक्यात मी हॉलिवूड चित्रपट पाहिला. त्यात काहीशी अशीच स्टोरी होती अन् मग तुझे स्थळ सांगून आले. मी तीन महिन्यांचा कालावधी यासाठीच मागितला. काय आहे हे प्रकरण? जरा स्पष्ट बोलशील का माझ्याशी?'' ''हो आपण जेवण करू, मग बोलते. ठीक आहे.''

जेवण आटोपल्यावर दोघेही बेडरूममध्ये येऊन बसले. ''प्रताप, मला इंग्लिश साहित्याचे पहिल्यापासून मोठे आकर्षण आणि तेही जळगावसारख्या गावात असूनदेखील. याचे आई-बाबांना नवल वाटायचे. असेच एक इंग्रजी पुस्तक वाचत असताना, एका कादंबरीत मी वाचले की, त्यातील नायिकेला अशी शक्ती अवगत असते. त्या शक्तीमुळे, तिची जो कुणी प्रकर्षाने आठवण काढेल, त्या ठिकाणी ती लगेच पोहोचू शकायची. मी एम.बी.बी.एस., एम.डी (मेडिसीन) होणार होते म्हणजे माझे पेशंट बहुतांशी हार्ट पेशंट असतील. सगळे बहुतेक emergency पेशंट असणार. अशा वेळेस मला जर अशी शक्ती लाभली, तर गरजू लोकांच्या मी कामात येऊ शकेन, असे मला मनापासून वाटत होते म्हणून मी अगदी मनापासून विचार करायला सुरुवात केली. एक दिवस अचानक रात्री मला एक विचित्र स्वप्न पडलं.

माझ्या स्वप्नात एक साधू बाबा आले. ते म्हणाले की, तू इतक्या दिवसांपासून जी इच्छा करीत होतीस. ती इच्छा पूर्ण होऊ शकते. मी तुला एक तीन अक्षरी मंत्र देतो. तो तीन वेळा म्हण, तुझी इच्छा पूर्ण होईल. जर तुला त्यातून बाहेर पडायचे असेल तर तो मंत्र त्या तीन अक्षरांचा आहे, तो कसा म्हणायचा हेदेखील त्यांनी सांगितले. तो हेदेखील सांगत होता की, कुणी बोलावले हे तुला आधी समजावे म्हणून हा मंत्र असा म्हणावा वगैरे वगैरे पण मला जे पाहिजे होते ते मी व्यवस्थित ऐकले आणि एकदम माझी झोप उघडली. तसा तो मंत्र मी म्हटला, बघू या खरा होतो का. एक महिन्यातच मला अनुभव आला. मी बाबा आणि आई दोघांनाही हे सारे सांगितले. ते मला रागावले आम्हाला न विचारता तू का तो मंत्र म्हटलास. तो बाहेर पडायचा मंत्र म्हणून टाक ताबडतोब; पण मी कसा म्हणणार होते तो. तो तर मी विसरले होते, तर असे आहे एकंदरीत.''

''ठीक आहे. तू ज्या कारणासाठी ती शक्ती मागून घेतलीस, तोपर्यंत तर ठीक वाटतंय सगळं; पण गोष्ट अशी आहे की, तू खरोखर खूप सुंदर आहेस. कुणाही माणसाच्या मनात काही विपरीत असे येऊ शकते. त्याने मनात आणले की, ही तरुणी माझ्या सोबत असायला हवी, तर तुझ्याकडे काही कंट्रोल आहे का की तू हे टाळू शकशील किंवा एखाद्या वाईट विचारांच्या व्यक्तीस हे कळले की, तुझ्या अंगात ही शक्ती आहे आणि तिचा त्याने गैरफायदा घ्यायचा ठरविला तर त्याला रोखण्यासाठी तुझ्याकडे काही शक्ती आहे की नाही. म्हणून मी तू जे म्हणालीस ना तसे इन्व्हेस्टिगेशन करीत होतो. आता पुढे काय करायचे ठरविले आहेस. मला तू पसंत आहेस. मी लग्नाला तयार आहे, फक्त याचे परिणामकारक उत्तर तुला आणि मला शोधायचे आहे. काही आयडिया आहे तुझ्याकडे?''

''प्रताप, एक काम करू या, माझा समर्थ हॉस्पिटलचा सहकारी आहे मनोज देशपांडे.तो मानसशास्त्रज्ञ आहे. त्याची भेट घेऊ या. बघू काही समाधान आहे का त्याच्याकडे. मी फोन करते त्याला. आता संध्याकाळचे सात वाजताहेत; पण मी फोन केला तर तो उचलेल आणि हॉस्पिटलमध्ये काही कामासाठी असेल तर भेटू या,'' असे म्हणत नंदिनीने मनोजला फोन लावला. 'हॅलो, मनोज नमस्कार. अरे आहेस कुठे? हॉस्पिटलला? कशासाठी? अच्छा म्हणजे मोठे काम आहे. किती वाजेपर्यंत आहेस? भेटायचे आहे तुला, माझ्या मिस्टरांना भेटायचे आहे. काय विशेष म्हणतोस. अरे तेच सांगतील. येऊ का सांग? ठीक आहे. अगदी १० मिनिटांत पोहोचतो.' तिने कॉल बंद केला आणि प्रतापला म्हणाली, ''अरे चल हो लवकर तयार. १० मिनिटांत पोहोचू.''

ते दोघेही पटापट तयार होऊन, समर्थ हॉस्पिटलला पोहोचले ते नेमके डॉ. मनोजच्या केबिनपाशी गेले. नंदिनी दार ढकलत म्हणाली की, येऊ का आत? ''हो या ना, या सर बसा,'' मनोजने स्वागत केले. तसा प्रताप म्हणाला, ''अरे नाही,

नो फॉरमॅलिटीज, मी प्रताप. मला प्रतापच म्हण. सर वगैरे काही नाही.'' ''ओके, तर आधी सांगा. चहा की कॉफी?'' ''काही चालेल.'' मनोजने पटकन इंटरकॉमवर फोन लावून तीन कॉफी सांगितल्या. ''हा आता बोला.'' ''नंदिनी, तू सांगतेस की मी सांगू.'' ''नाही, मीच सांगते.''

मग नंदिनीने सविस्तर सारे काही सांगितले. यावर बाहेर येण्यासाठी उपाय काय, असे विचारले, तेव्हा मनोज म्हणाला, ''इंट्रेस्टिंग, it is something like telepathy.तुला तो तीन अक्षरांचा मंत्र आठवतो काय आहे ते.'' ''हो आठवतो ना.'' ''मग नंदिनी समजा a b c ही तीन अक्षरे आहेत. ती ABC, BCA, CAB, CBA, BAC, ACB इत्यादि वेगवेगळ्या प्रकारे म्हणता येईल, तशी ती अक्षरे लिहून ठेव आणि म्हणून बघ तीन वेळा. कदाचित वर्क करेल.'' ''पण मनोज असे करताना काही अजून भलतेच झाले तर. कारण, त्या अक्षरांनी असे झाले म्हणजे ती साधी अक्षरे नाहीत. दुसरे काही समाधान.'' ''एक उपाय आहे. तिला संमोहित करून, त्या दिवशीचे काही आठवते का बघावे लागेल आणि तिच्या मनाचा कंट्रोल घेऊन, ती अक्षरे जाणून घ्यावी लागतील. त्यात बाहेर पडायचा उपाय मिळेल.'' ''पण मनोज, ती बाहेर पडेल हे जरी खरे असले, तरी तिला ती शक्ती हवी होती ना पेशंटसाठी म्हणजे जर तिच्या पेशंटला तिची गरज असेल, तर ती वेळेत पोहोचू शकली पाहिजे ना.'' ''प्रताप, मी बघतो की काय काय शक्यता निघतात. कारण, या शक्ती मिळतात ना, तेव्हा अशा subject to वगैरे मिळत नाहीत. माझ्या मते त्या अमर्याद मिळत असाव्यात. तरी आपण तिला संमोहित केल्यावर काय समजते ते बघू या.'' ''ठीक आहे, हरकत नाही. शेवटी आपण इमानदारीने कुठलेही काम केले तर ते पावतेच. मग तिची ट्रीटमेंट केव्हा सुरू करू या.'' ''प्रताप अगदी निवांत राहा. ती रोजच हॉस्पिटलला येत असते. वेळेत थोडा बदल करू या. एक तर ती थोडी आधी येईल किंवा नंतर. त्याप्रमाणे ठरवितो. अरे, ती माझी सहकारी आहे. मी तिला लवकरात लवकर बाहेर यायला मदत करीन. ठीक आहे. फक्त तुला उद्या तिच्यासोबत यावे लागेल.काही औपचारिकता आटोपून घेऊ. संमोहन म्हणजे मी नेमके काय करणार आहे. हे तुम्हा दोघांनाही समजाऊन सांगेन. नंतरच्या सेशन्सना तू नाही आलास तरी चालेल.'' मग तिघेही केबिनच्या बाहेर आले. डॉ. मनोजने त्या दोघांना निरोप दिला.

दुसऱ्याच दिवशी नंदिनी आणि प्रताप दोघेही सकाळी दहा वाजताच हॉस्पिटलला पोहोचले. डॉ. मनोज वाट बघत होता. ते दोघे पोहोचताच मनोज म्हणाला, ''प्रताप, मी काही प्रश्न विचारेन त्याची मला उत्तरे द्या. अगदी खरीखरी. ठीक आहे.'' ''ठीक आहे,'' दोघेही म्हणाले.

''नंदिनी, तुला कुठलाही मानसिक आजार नाही ना?''

''नाही, अजिबात नाही.''

"या आधी तुला कुणी संमोहित केले होते का? काही वैद्यकीय किंवा अशाच काही आजारासाठी?"

"नाही."

"आपण आता हा संमोहनाचा प्रयोग कशासाठी करीत आहोत?"

"मला जाणून घ्यायचे आहे की, जवळपास ६ महिने आधी, झोपेत मला साधूने कुठला मंत्र सांगितला होता? त्याचा दुसरा मंत्र कुठला होता? साधू काय काय म्हणाला?"

"व्हेरी गुड. तुला काय जाणून घ्यायचे आहे. हे लक्षात राहिले म्हणजे माझे काम सोपे. प्रताप तू आता बाहेर बस."

"ओके."

मनोजने खिडक्या, दारे बंद केलीत. ट्यूबलाइट बंद केली. सौम्य निळ्या रंगाचा मंद प्रकाश खोलीत पसरला. त्याने स्वतःचा मोबाईल बंद केला. साहाय्यकाला कुणालाही आत पाठवू नकोस सांगितले आणि तो खोलीत आला. एका आरामशीर खुर्चीत त्याने नंदिनीला बसविले. एक खुर्ची घेऊन तो समोरच बसला.

मनोज अगदी शांत आणि धीरगंभीर स्वरात म्हणाला, "नंदिनी, अजिबात घाबरू नकोस. इथे सारे काही सुरक्षित, शांत आहे. तू खुर्चीत आरामशीर बसून राहा. आता तुझे डोळे तुला खूप जड वाटत असतील आणि कदाचित ते बंद करायची इच्छादेखील होत असेल. तुझे स्नायू जसजसे मोकळे होतील, तसतसे तू शरीराच्या आणि माझ्या आवाजाच्या संकेतांकडे लक्ष दे. तुझे आता स्वतःवर पूर्ण नियंत्रण आहे. आता तू फक्त त्याच सूचना ऐकणार आहेस, ज्या तुझ्या भल्यासाठी असतील आणि ज्या तू स्वीकारण्यास तयार असशील. आता तू खोलवर श्वास घे. तू श्वासोच्छ्वासावर लक्ष केंद्रित कर. श्वास आत घे, श्वास बाहेर सोड, आता शांतपणे श्वास आत घे. पूर्ण फुप्फुस आणि छाती व्यापून टाक. हळूहळू श्वास सोडून दे. आता माझ्या कपाळावर किंवा माझ्या पाठीमागे जो भिंतीवर मंद बल्ब आहे. त्याच्यावर लक्ष एकाग्र कर. तुझे डोळे आणि पापण्या ज्या जड वाटत आहेत. त्यांना अगदी आरामदायक स्थितीत ठेव. आता हळूहळू तू तुझ्या तळव्यांना शिथिल करायचा प्रयत्न कर, मग पोटरी, गुडघा, तुझ्या दोन्ही हातांना, दंड, मान, छाती, पाठ असे करीत करीत एक एक भाग शिथिल करायचं प्रयत्न कर. आता तू शांत आहेस. आता मी जे काय विचारेन त्याची उत्तरे दे." डॉ. मनोजच्या जेव्हा लक्षात आले की, आता आपण नंदिनीवर पूर्णपणे ताबा मिळविला आहे, तेव्हा त्याने तिला भूतकाळात नेण्यास सुरुवात केली. हळहळू ते दोघे साधूबाबापर्यंत पोहोचण्यात सफल झाले. २-३ वेळा कुणी तरी आठवण काढल्याने सेशन मध्येच सोडावे लागले; पण पाचव्या सेशनला, त्याला जे जाणून घ्यायचे होते, ते मिळाले होते. डॉ. मनोज नंदिनीला

म्हणाला की, खूप छान सहकार्य केलेस, त्यामुळे माझे काम सोपे झाले. आता तू
जाऊ शकतेस. नंदिनी निघून गेल्यावर प्रताप ऑफिसमध्ये होता, त्याला मनोजने फोन
केला. "हॅलो नमस्कार, डॉ. मनोज बोलतोय. अभिनंदन निदान झाले आहे. आज
संध्याकाळी थोडा वेळ देऊ शकतोस.कारण, तुला विचारल्याशिवाय पुढे जाता येणार
नाही." "हो येतो ना, बोल किती वाजता येऊ. पाच वाजता येऊ का?"

"हरकत नाही. ठीक आहे. भेटू मग."

प्रताप समर्थ हॉस्पिटलला डॉ. मनोजच्या केबिनला बरोबर पाच वाजता हजर
झाला.डॉ. मनोजकडे पेशंट नव्हते; पण नंदिनीकडे एक सिरीयस पेशंट असल्याने
तिला वेळ लागला. ओपीडी दोनपर्यंत असायची, त्यामुळे कुणी अत्यावश्यक सेवा
लागणारे आले तरच. ती थोड्याच वेळात डॉ. मनोजच्या केबिनला आली. "हं, तर
प्रताप, डॉ. नंदिनी we have succeeded in finding solution. मी बराच प्रयत्न
केला; पण subject to असे सापडले नाही; पण ठीक आहे. तिला यातून बाहेर
येता येईल इतके करता येईल. तुम्ही म्हणाल तर अजून थोडा वेळ देऊ या म्हणूनच
मी तुम्हा दोघांना बोलावून घेतले.आता तुम्ही बोला." "डॉ. मनोज मला वाटते,
आता बराच वेळ दिलास तू. असे काही सापडत नसेल तर जाऊ दे. तशी ती खूप
सिनसियर आहे. ती चांगलीच सेवा देईल तिच्या पेशंटला. या कॅज्युअल पेशंटला
अनुभव आहे ना घरी. गंमत सोडून देऊ या, तर आज ती तो बाहेर यायचा मंत्र
म्हणेल का?" "ओके प्रताप, ती आताच म्हणेल. चल नंदिनी आत जाऊ या."
नंदिनीने तो मंत्र तीन वेळा म्हटल्यावर ती दोघं बाहेर आलेत. "चला मग. ऑल द
बेस्ट. बराच वेळ झाला. नंदिनीला स्वयंपाक असेल. बघू या काय फरक पडतोय.
मीच उद्या परवा तिची आठवण काढून बघतो. तिच्या घरच्यांनासुद्धा सांगा. अशीच
टेस्ट करावी लागेल. गुड लक." थँक यू म्हणत दोघे बाहेर पडले. त्या नंतर बऱ्याच
जणांनी तिची आठवण काढली आणि फोन केलेत पण ती तिकडे गेली नाही. तिची
ती शक्ती संपली होती.

एका शुक्रवारी दोघेही जळगावला दोघांच्याही आई-बाबांना सरप्राइज द्यायला
न कळविता रात्रीच्या बसने निघाले. शनिवारी सकाळी ते प्रतापच्या घरी पोहोचले.
सगळ्यांना आनंद झाला होता. नंदिनीच्या आई-बाबांना बोलावून घेऊन लग्नाची
बोलणी आटोपून घरच्या घरी साखरपुडा करून टाकला होता. गुरुजींना बोलावून
लग्नाची तारीख ठरवण्यात आली. प्रतापचे बाबा म्हणाले की, लग्नाचा अर्धा खर्च
मी करतो. लग्न अगदी थाटामाटात करू.

बरोबर दोन महिन्यांनी दोघांचे लग्न अगदी थाटामाटात पार पडले. डॉ. मनोजला
अगदी अगत्याचे आमंत्रण होते. त्याप्रमाणे तो आलादेखील. डॉ.नंदिनी तिच्या
सिनसियर वागण्याने, अल्पावधीतच एक लोकप्रिय डॉक्टर म्हणून प्रसिद्ध झाली.
आता ते दोघे सुखाने संसार करत आहेत.

अशी ही प्रेम कहाणी

प्रसन्न आज सकाळपासून जरा अस्वस्थच होते. रिटायर्ड होऊन सात वर्षे झाली होती. त्यांना एक बातमी सकाळी सकाळी मिळाली होती. खूप वाईट जरी नसली, तरी अस्वस्थ करणारी जरूर होती. ते असे अस्वस्थपणे आपल्या फ्लॅटच्या गॅलरीत चकरा मारत असताना रेखाताईंनी पाहिले. रेखाताई म्हणजे प्रसन्नची बायको. त्यांना इतके अस्वस्थ झाल्याचे, रेखाताईंनी कधीच बघितले नव्हते. त्या गॅलरीत येत म्हणाल्या, ''अहो, काय झाले आज, सकाळपासून अस्वस्थच बघतेय तुम्हाला. काही झालंय का, काही होतंय का तुम्हाला?'' ''अगं काही नाही. सकाळी हेमंतचा फोन होता. म्हणाला की, शुभांगीला कोविड झाला आहे.'' ''कोण शुभांगी? मला तर तुमच्या तोंडून शुभांगीचे नाव ऐकल्याचे आठवत नाही.लग्नाला ४० वर्षं झाली आपल्या.'' आता प्रसन्न यांच्या लक्षात आले. आपण हे प्रकरण कधी रेखाला सांगितलेच नव्हते. काय करावे या विचारात असताना रेखाताईंनी पुन्हा प्रश्न केला, ''काय विचारते आहे मी. कोण ही शुभांगी? का नाव विसरलात. दुसरंच कुठलं नाव आहे. आज काल फार विसरायला लागलात.''

आता मोठा पेच उभा राहिला होता. सर्व सांगून टाकावे तर मुश्कील की, इतकी वर्षं का लपवलेत म्हणून आणि नाही सांगावे किंवा काही खोटे बोलावे तर कधी तरी बाहेर येणारच म्हणून. प्रसन्न म्हणाले, ''अगं नाव विसरलो बहुतेक. मी पुन्हा हेमंतला फोन करून विचारतो.'' ''काही नको राहू द्या आता. चला चहा केला आहे, बैठकीत येता? का आणू इथे.'' ''नाही, इथे नको. बैठकीत येतो.'' असे म्हणत प्रसन्न बैठकीत आले आणि रेखाताई किचनमधून चहा घेऊन येता

येता म्हणाल्या, ''अहो जरा या विसरण्यावर काही इलाज आहे का? तुमच्या डॉ. विकास खरे ना विचारा ना. एखाद्या दिवशी घरचा पत्ता आणि स्वतःचे किंवा माझे नाव विसराल. मुलगाही राहत नाही इथे. पंचाईत व्हायची.''

''याच्यावर काही इलाज नाही; पण तू म्हणतेस तर विचारेन विकासला.''

त्या दिवशी तर कसेबसे निपटले होते. प्रसन्न विचारात गढून गेले. शुभांगी म्हणजे मुंबईला नोकरीला असताना, लोकलमध्ये झालेली मैत्रीण. रेखाशी लग्न ठरण्याआधी ते दोन वर्षे मुंबईला होते. फोर्टला हेड ऑफिसमध्ये होते. तीही रिझर्व्ह बँकेत होती. अंधेरीला प्रसन्नच्या मावस बहिणीचे मोठे घर, तिथे राहायचे ठरले होते. शुभांगीदेखील अंधेरीहून लोकलने प्रवास करायची. एकदा दोघांची रिझर्व्ह बँकेतच गाठ पडली.

''तुम्ही अंधेरीहून येता ना? कारण अंधेरी स्टेशन वर बघितले आहे मी तुम्हाला.''

''हो, तुम्हीही अंधेरीला असता का? मी अंधेरी ईस्ट ला असतो.''

''मी अंधेरी वेस्टला रहाते. मी मुळची पुण्याची. नोकरीसाठी अप्लाय केला आणि लागली नोकरी. इथे माझा भाऊ असतो,तोही बँकेत आहे. महाराष्ट्र बँकेत.''

''मी नागपूरचा,प्रमोशन घेतले ते ह्याच अटींवर की मला २ वर्षांनी पुन्हा नागपूरला पाठवा.''

''चला, पटपट निघू या, लोकल चुकायची आपली.'' तिची पटपट म्हणायची स्टाइल प्रसन्नला आवडली होती.

अशा रीतीने मग दोघांचे रोज एकाच नंबरच्या आणि वेळेच्या लोकलने येणे-जाणे सुरू झाले. शुभांगी तशी dashing होती. पुढारलेल्या विचारांची. एक दिवस ती प्रसन्नला म्हणाली, ''प्रसन्न आपली ओळख होऊन बरेच दिवस झाले. आपण दोघे एकमेकांना, अहो जाहो का करतोय? बघा तुम्हाला पटलं तर कारण तुम्ही ऑफिसर आहात आणि मी क्लार्क.''

''हरकत नाही. अन हे ऑफिसर आणि क्लार्क हे ठेव बाजूला. मीच सुरुवात करतो.तू मला सांग मुंबईत काय पाहिले आहेस.''

''काहीच नाही. मुंबईत फिरायला ना, कुणाची तरी सोबत हवी. आता तू आहेस. दर रविवारी जाऊ या.''

''बरं एक सांग मला, या रविवारी कुठे चलतेस.''

''सगळ्यात आधी मस्त दादर चौपाटीला जाऊ या.''

''शुभा, मला कळलं नाही. आधी चौपाटीच का? इथले सगळेच चौपाटीचे दिवाने आहेत असे वाटते.''

''अरे काय रे. तू किती हा आहेस. तुला मुंबई काहीच माहीत नाही असे दिसते आहे. चौपाटी यासाठी की, एक म्हणजे आपल्या घरून जवळ आहे आणि दुसरे म्हणजे चौपाटीवर मस्त प्रेमिकांनी, वाळूत एकमेकांच्या हातात हात घालून बसायचे, अगदी मन भरेपर्यंत. मग मस्त चौपाटीची भेळ खायची आणि मग निघायचे घरी. एकंदरीत काय मस्त संध्याकाळ घालवायची आणि रात्री त्या सगळ्या गोड आठवणीत, केव्हा झोप येईल कळणारही नाही. मी हे सांगते, याचा अर्थ हा नाही हं की, मी सारे अनुभवले आहे. कादंबरीत वाचले मी, ना. सी. फडके वगैरेंच्या असे वाटते.''

''पण मी म्हटल का असं? अगं तसल्या मुली ओळखायला येतात. आता तू आता असा नको विचार करूस की, मी किती पाहिल्या आहेत अशा.''

''नाही रे, मला लक्षात आले आहे की, तू एखाद्या मुलीशी इतका पहिल्यांदाच बोलतो आहेस.''

''उद्या शनिवार आहे, तर रविवारी भेटू या, अरे हो पण कुठे भेटायचे.''

''अरे स्टेशनलाच ये ना. बरोबर पाच वाजता ये.''

''ठीक आहे, बाय मग.''

'ओके, बाय' असे म्हणत दोघांनी अंधेरी स्टेशनच्या बाहेर येत निरोप घेतला. ती म्हणाली तरी प्रसन्नला वाटत होतं की, हिला नक्कीच अनुभव आहे अशा गोष्टींचा. अगदी प्रेमी वगैरे म्हणून नाही; पण एखाद्या सोबत गेली असणार. मला असं जे वेगळंच वाटतंय, तसं तिला का वाटत नाहीये. मी कसा तो अनुभव घ्यायला आतुर झालो आहे. केव्हा रविवारचा दिवस येईल असं वाटतं आहे. बघू या जाऊन एकदा कसं वाटतं; पण प्रेम वगैरेचा विचार करणे सध्या तरी नको. कारण, आई बाबा, इतक्या लांबची मुलगी म्हटल्यावर सतरा शंका घेतील. मग त्याचे त्यालाच हसू आले की, पहिलीच भेट होते आहे आणि माझे मन कुठे जाऊन पोहोचले. घरी पोहोचला तर 'पहिलीच भेट झाली; पण ओढ ही युगांची, जादू अशी घडे ही, ह्या दोन लोचनांची' हे गाणे रेडिओवर सुरू होते. प्रसन्नला वाटले काय हा योगायोग म्हणायचा.

शेवटी रविवार उगवला होता. ज्याची प्रसन्न अगदी मनापासून वाट पाहत होता. कॉलेजमध्ये असताना तो मुलींकडे अगदी बघतदेखील नसे. तो हुशार असल्याने, कुणी मुलीने त्याची वही मागितली, तरी तो वेळेत परत कर एवढेच बोलत असे आणि वेळेत परत आणली की थँक्स म्हणत असे. त्यात ही बया वाळूत हातात हात घेऊन बसू या म्हणत होती. माझे हात थरथरत आहेत, हे लक्षात येईल की तिच्या. नाही येऊ दे. हा आधी कुणाला तरी भेटला आहे, असे वाटण्यापेक्षा हे बरे.

संध्याकाळी ४.४५ला तो घरून निघाला. त्याच्याकडे खूप सोबर कपडे होते. एकच शर्ट जरा असा ऑफिसला न घालण्यासारखा होता. तो त्याने घातला.

अगदी इस्त्री केलेली पॅन्ट, कडक पॉलिश केलेले जोडे. असा तो निघाला होता. एक वेगळाच अनुभव घेण्यासाठी. अंधेरी स्टेशनच्या बाहेर शुभांगी त्याची वाट पाहत होती.

"हॅलो, गुड इव्हनिंग सर, आज एकदम झोकात आलीय स्वारी."

"शुभा केव्हा आलीस? कसे दिसताहेत कपडे. अगदी प्रेमीयुगुलातला वाटतोय की डायरेक्ट ऑफिसमधून आलेला वाटतोय?"

"अरे आल्या आल्या तर तारीफ केली मी; पण हे प्रेमीयुगुल वगैरे नाही समजले मी."

"अच्छा फिरकी घेतेस ना माझी. परवाच्या दिवशी ते कोण म्हणाले होते की, वाळूत एकमेकांच्या हातात हात घेऊन मनसोक्त मन भरेपर्यंत बसायचे. असे कोण बसतं? बाबा आणि मुलगी की भाऊ आणि बहीण?"

"अरे पण नवरा आणि बायकोसुद्धा बसू शकतात."

"पण आपण नाही ना नवरा आणि बायको, मग उरले कोण प्रेमी आणि प्रेमिका म्हणजेच प्रेमीयुगुल. हो की नाही?"

"अरे मित्र आणि मैत्रीण असू शकतात ना?"

"प्रेम असल्याशिवाय कुणी असं बसत असतील वाटत नाही, आपण सोडून."

"आपण तर बसणार आहोत ना?"

"आपण बसू की नाही, माहीत नाही शुभा; पण तसे दिसलो तरी पाहिजे ना कमसे कम."

"ग्रेट, उद्या आई-बाबांनी काही विचारले, तर माझे नाव सांगू नकोस की हिचेच विचार आहेत."

"बरं चल स्टेशनात जाऊ, नाही तर इथेच व्हायची आपली चौपाटी," असे म्हणत शुभांगीने त्याचा हात धरून जवळ जवळ त्याला ओढलेच.

दादर फास्ट लोकलने ते दादरला उतरले अन् मग चौपाटीला पोहोचले. समोर समुद्र पाहून तर प्रसन्न खूप खूश झाला. सूर्य उतरणीला आला होता. पश्चिमेला मावळतीच्या आकाशाचे रंग खूप खुलून दिसत होते आणि त्याचे पाण्यातले प्रतिबिंब, वातावरणास अधिकच रोमांचित करीत होते. दोघेही जिकडे जोड्या जोड्या बसल्या होत्या, त्या दिशेने निघाले. आधी प्रसन्न वाळूत बसला आणि त्याने शुभांगीचा हात धरून तिला खाली बसविले. जेव्हा त्याच्या लक्षात आले की, तिचा हात त्याच्याच हातात आहे. त्याने तो पटकन झटकला. ते पाहून तिला हसू आले.

थोडा वेळ दोघेही निःशब्द होते. अचानक दोन-चार जोडपी त्यांच्याकडे बघत निघून गेली. तसे प्रसन्न म्हणाला, "काय शुभा, ते असं का पाहत गेले?"

“आपण कसे बसलो आहोत आणि ते बाकी कसे बसलेत पाहिलंस ना. एकमेकांच्या हातात हात घालून, एकमेकांना अगदी खेटून बसले आहेत. कुणी स्त्रीच्या गळ्यात हात टाकून आणि कुणी...”

“बस बस बस, पुरे हे वर्णन.”

“पुरे करते रे. आपण असंच बसायचं का? काही वेळाने यांना वेगळीच शंका येईल तुझ्याबद्दल. पोलीसही फिरत आहेत बघ, त्यांनाही वेगळीच शंका येईल.”

शुभा असे बोलत असताना, तिच्या लक्षात आलं की, प्रसन्नने तिचा हात ओढून घट्ट धरून ठेवला आहे. त्याचा हात थरथरतो आहे. तिने त्याचा डावा हात आपल्या डाव्या हाताने खालून घट्ट धरून ठेवला आणि उजवा हात त्याच्या हातावर ठेवला. प्रसन्नला तिचा हात सोडवतही नव्हता आणि लोक पाहत होते असे वाटत असल्याने धरवतही नव्हता.तिच्या हाताचा नर्म, मुलायम स्पर्श त्याला एक वेगळीच अनुभूती देत होता. जे त्याने कधीही अनुभवले नव्हते. थोडा वेळ दोघेही तसेच बसून होते. मग तिचा हात सोडवत, तो तिला म्हणाला, “शुभा थँक्स फॉर अ ग्रेट फीलिंग.”

“म्हणजे काय?”

“लोक प्रेम किंवा लग्न का करतात हे आज कळले.”

“कसे फील आले तुला?”

“शुभा, आईचा स्पर्श मायेचा असतो. हा वेगळाच स्पर्श होता. कधीही न अनुभवलेला, केवळ अवर्णनीय.”

“चल आता चौपाटीची भेळ खाऊ या.”

दोघेही भेळवाल्याच्या गाडीकडे गेले. भेळ खाऊन झाल्यावर दादर स्टेशनकडे निघाले आणि अंधेरी फास्ट लोकल पकडून अंधेरीला पोहोचले. रात्र झाली होती. नेहमीसारखा बाय म्हणून निरोप न घेता प्रसन्नने शुभाचा हात हात घेतला आणि तो तिला म्हणाला, “तू म्हणाली होतीस, या गोड आठवणीत केव्हा झोप येईल कळणार नाही; पण शपथ सांगतो आज झोपच येणार नाही.”

“चल जाऊ या. माझा भाऊ वाट पाहत असेल.”

“ओके, भेटू उद्या स्टेशन वर.”

घरी आल्यावर प्रसन्न विचार करीत होता की, आपण एवढं सगळं बोललो; पण हिची काहीच प्रतिक्रिया नाही. तिला आवडले आहे की नाही हे सारे.

सोमवारी दोघे अंधेरी स्टेशनवर भेटले. लोकल यायला थोडा वेळ होता. तेवढ्यात प्रसन्नच्या जवळ येत शुभांगी म्हणाली, “वाटले नव्हते तू इतका रोमँटिक असशील. थोडा वेळ मी घाबरलेच म्हणूनच तुला वाटले असेल की, मी काही react का झाले नाही. But I also enjoyed the short trip. मग आता पुढच्या रविवारी कुठे?”

''बघू या, planner तू आहेस. तू ठरव मी तय्यारच आहे.''

तेवढ्यात लोकल आली. ते दोघेही लोकलमध्ये चढले आणि सीटवर जाऊन बसले; पण कालच्या आणि आजच्या बसण्यात फरक होता. आज दोघेही एकमेकांच्या खूप जवळ बसले होते. पुढच्याच स्टेशनला रोज अप-डाउन करणाऱ्या लक्ष्मी काकू गाडीत चढल्या. त्या समोर येऊन बसल्या. त्यांच्या अनुभवी नजरेतून ही गोष्ट सुटली नाही. त्या शुभांगीला म्हणाल्या, ''का गं, काल कुठे गेली होतीस फिरायला?'' शुभांगीने नुसता हसून प्रतिसाद दिला.

अशाा बऱ्याच ट्रीप झाल्या आणि यातच पावणेदोन वर्ष केव्हा निघून गेली हे कळलेच नाही. अगदी माथेरान झाले. महाबळेश्वरदेखील झाले. एक दिवस प्रसन्नने शुभांगीला विचारले, ''आपण इतके फिरलो; पण तू मला कुठल्याही मंदिरात नाही घेऊन गेलीस अजून. इथे मंदिरे नाहीत का?''

''तुलाही माहीत आहे कुठे कुठे आणि कुठली कुठली मंदिरे आहेत; पण प्रेमीयुगुल मंदिरात जात नाहीत कधी.''

''पण आता माझे मुंबईतले दिवस संपत आले आहेत. असे करू या. आपण या रविवारी सिद्धिविनायकाला जाऊन येऊ.''

पुढच्या रविवारी ते सिद्धिविनायकाला गेले. दर्शन घेऊन बाहेर येतात. तोच टॅक्सीवाले महालक्ष्मी मंदिर चला, महालक्ष्मी मंदिर म्हणून ओरडत होते. दोघेही महालक्ष्मी मंदिरला गेले. तिथे शुभांगीने देवीची ओटी भरली. तिथल्या पुजाऱ्याने देवीला चढवायचे ते चढविले आणि मग बाकीची ओटी पदरात देताना, तिला सौभाग्यवती भव आणि दोघेही सुखाने संसार करा असा आशीर्वाद दिला. तेव्हा प्रसन्न पुजाऱ्याला 'तुमचा काही गैरसमज होतो आहे,' असे म्हणत होता, तर तिने त्याला जवळ जवळ ओढतच बाहेर नेले. ''अरे त्याला कशाला सांगतोयस की आम्ही नवरा बायको नाही म्हणून. तुला आणि मला तर माहीत आहे ना.''

दोघेही मंदिरातून बाहेर आल्यावरदेखील संध्याकाळ व्हायला बराच वेळ होता म्हणून ते दोघं नेकलेस पॉइंटला आले. तिथे रस्त्याच्या बाजूला असलेल्या बेंचवर बसले. शुभांगीला काय झाले माहीत नाही. ती बेंचवरून उठली अन् बेंचच्या मागे जात, ती प्रसन्नच्या गळ्यात हात टाकत म्हणाली, ''प्रसन्न I love you. खूप दिवसांपासून आपण फिरतो आहे. सांगेन सांगेन म्हणते पण जमलच नाही. माझ्याशी लग्न करशील का?''

''मी तयार आहे; पण तुला नागपूरला चलावे लागेल. चलशील?''

''नागपूर खूप दूर आहे. आई, बाबा, भाऊ यांना विचारून कळविते.'' प्रसन्न जुन्या आठवणीत गुंग असताना, मोबाईलची रिंगटोन वाजायला सुरुवात झाली. तो भानावर आला आणि त्याने हॉलमध्ये येऊन फोन उचलला. त्याचा मुलगा अमोलचा

फोन होता. ''हा बोल रे.'' ''बाबा, अहो आता कंपनीने वर्क फ्रॉम होम सांगितले आहे. माझे सगळे मित्र चालले आहेत आपापल्या घरी. मी कशाला राहू इथे. मी सोमवारी येतोय. येऊ ना?'' ''अरे ही काय विचारायची गोष्ट आहे. तू आलास तर आम्हाला तुझी काळजी करायची गरज नाही.आईशी बोलतोस...'' असे म्हणत त्यांनी रेखाताईंना फोन दिला.

रेखाताई फोनवर बोलून झाल्यावर प्रसन्नना म्हणाल्या, ''अहो अमोल येतोय. आता आपल्याला त्याची काळजी करायची गरज नाही. ''

''हो, पण आपल्याला काळजी घ्यायला हवी. कोरोना फार भयानक रोग आहे. मास्क, सोशल distancing आणि सतत हात धुवत राहणे ही त्रिसूत्री विसरायची नाही. भाजीवाल्याशी किंवा दुकानदाराशी मास्क काढून बोलायची गरज नाही.''

''बस करा हो. मी करीन फॉलो, ठीक आहे. आता अमोल येणार काही त्याच्या आवडीचे पदार्थ बनविते,'' असे म्हणून त्या किचनमध्ये निघून गेल्या.

सोमवारी सकाळी सकाळी अमोल येऊन पोहोचला. ''आई आधी अंघोळ करतो, मग तुम्हाला भेटतो. Sanitizerचा स्प्रे आहे का बाबा? एकच बॅग आणली आहे. तिच्यावर मारून घेतो. मग ठेवतो माझ्या रूममध्ये नेऊन.''

''वा व्हेरी गुड, नियमांचे अगदी काटेकोरपणे पालन करतो आहेस.''

''करावे लागेल बाबा. हा रोगच तसा आहे. तुम्ही ओढवून घेतलात तर लागेल तुमच्यामागे. काळजी घेतलीत तर जवळसुद्धा येणार नाही. बरं येतो बाबा अंघोळ करून. ''

अमोलचे लग्न झाले होते; पण त्याची बायको पहिले बाळंतपण म्हणून नाशिकला माहेरी गेली होती. या दिवसांत बाळंतपण म्हणजे काळजीचेच कारण होते; पण तिची आई स्त्रीरोगतज्ज्ञ असल्याने तेवढे टेंशन नव्हते.

एवढ्यात बेल वाजली. प्रसन्नने दार उघडले तर हेमंत उभा. ''हेमंत कसा काय आलास? अरे त्या दिवशी बोललास आणि त्यानंतर काही बोललाच नाही काही अजून.''

''अरे शुभांगीची अवस्था ठीक नाही. तुला माहीत नसेल. तिचे लग्न नागपूरच्या आठले म्हणून आहेत. त्यांच्याशी झाले. त्यांनी काही नागपूर मागितले नाही म्हणून त्यांचे प्रमोशनही मुंबईतच झाले. मिस्टर रिटायर झाल्यावर, ते दोघेही नागपूरला आले. तिने व्हीआरएस घेतली. दोघांचा ही विचार होता की, आता मुंबईच्या धावपळीपासून दूर राहू.जरा एकमेकांच्या सहवासात राहता येईल, तर तिचे मिस्टर हार्ट ॲटॅकने गेले. मुलगा यूएसला गेला. तिकडे सिटिझनशीप मिळाली, तर तिकडेच सेटल झाला. आता ही आजारी आहे, तर हिच्या जवळ कोणी नाही. मुलगा येऊ शकत नाही. अनाथ झाल्यासारखी अवस्था झाली आहे बिचारीची.''

''तरीच मला खूप हुरहुर वाटत होती,'' प्रसन्नने असे म्हणणे आणि रेखाताईंनी हॉलमध्ये येणे याची एकच गाठ पडली. ''काय हो एवढे काय झाले हुरहुर वाटायला. सगळे तर व्यवस्थित सुरू आहे.'' अंघोळ वगैरे आटोपून अमोल हॉलमध्ये आला. ''अरे नमस्कार काका. केव्हा आलात?''

''हा आता, पाच मिनिटे झाली असतील. कसा आहेस तू? पुणे काय म्हणत आहे?''

''मी ठीक आहे; पण पुणे ठीक नाही. आता वर्क फ्रॉम होम सुरू केले आहे कंपनीने. मग म्हटलं तिथे घरी बसून काम करण्यापेक्षा इथे बाबा आणि आई सोबत राहू म्हणजे त्यांना काळजी नको.''

''बरं केले येऊन गेलास.''

तेवढ्यात पुन्हा रेखाताईंनी तो मुद्दा लावून धरला. ''कसली हुरहुर हो भाऊजी?''

''अहो असं काय करताय वहिनी. प्रसन्नची ४० वर्षांपूर्वीची मैत्रीण शुभांगी, तिला कोरोना झालाय म्हणून अस्वस्थ आहे आमचा मित्र.''

''अहो पण असे नावही कधी मी ऐकले नाही यांच्या तोंडून.''

''अहो सांगितले असेल. तुमच्या लक्षात राहिले नसेल. तिचे मिस्टर आणि ते दोघेही इथे आल्यावर वर्षभरातच मिस्टर गेले. मुलगा तिकडे अमेरिकेत, त्याला तिथले नागरिकत्व मिळाले. तो तिकडे सेटल झाला. बिचारी एकटीच इथे.''

''अच्छा म्हणून यांना काळजी वाटते आहे. हॉस्पिटलला ॲडमिट असेल ना?''

''हो.''

''मग तिथे तर एकटेच असतात ना सगळे.''

''अहो वहिनी, तुमचं म्हणणं खरे आहे; पण मोबाईलवरही गावातले कुणी संपर्कातले असले, तर तेवढाच मानसिक आधार असतो ना?''

''मग हे होणार आहेत का मानसिक आधार? आधी स्वतःची तब्येत सांभाळा म्हणाव, मग इतरांना द्या म्हणाव आधार. थांबा तुमच्यासाठी चहा आणते, मग बोलू.''

रेखाताई चहा आणायला निघून गेल्यावर अमोल म्हणाला, ''बाबा काय आहे हा प्रकार? आणि आई का वैतागली आहे एवढी.'' मग प्रसन्न आणि हेमंतने सारेच अमोलला सांगितले. मग अमोल खूप हसला आणि म्हणाला, ''आई ही ग्रेटच आहे. ४० वर्षांपूर्वीच्या गोष्टीला अगदी कालच घडली, असे ट्रीट करते आहे. तुम्ही मदत करा हो बाबा शुभांगी मावशीला. मी तुमच्यासोबत आहे.'' अमोल हे म्हणायला आणि रेखाताई हॉलमध्ये यायला एकच गाठ पडली.

''अरे वा म्हणजे तूदेखील यांच्या बाजूने आहेस वाटते.''

''नाही आई मी बाबांच्या बाजूने नाही. मी सत्याच्या बाजूने आहे.''

''आता ही सत्या कोण आणलीस आणखी?''

''अगं सत्य, सत्या नाही कुणी.''

''बरं बरं; पण मी म्हणते, आता त्या ४० वर्षांपूर्वीच्या मैत्रिणीचा कशाला विचार करायचा?''

आतापर्यंत सर्व काही शांतपणे ऐकत असलेल्या प्रसन्नने मध्येच हस्तक्षेप करीत म्हटले, ''थांब, हेमंत, अमोल मी हिला सर्व काही अथपासून इतिपर्यंत सांगतो.'' मग त्याने सर्व काही हातचे राखून न ठेवता सांगितले आणि मग रेखाताईंना म्हटले, ''तुझ्याशी लग्न झाल्यावर आमची पुन्हा भेट नाही. ती जिवंत आहे का मेली आणि मी जिवंत आहे का मेलो हे तिला आणि मला दोघांनाही कालपर्यंत माहीत नव्हते.''

रेखाताईंनी सगळे शांतपणे ऐकून घेतले आणि म्हणाल्या, ''पण तुम्ही विश्वासात घेऊन सांगितले असते अगदी लग्न झाल्यावरदेखील, तरी मी काही ओरडले नसते.''

''काय आई काहीही म्हणतेस, अगं आता ४० वर्षांनंतर माहीत झालंय तरीही एवढा गोंधळ घातला आहेस. तेव्हा सांगितलं असतं, तर एक तर घटस्फोट दिला असतास किंवा लाइफ इतक्या सुखात गेलं ना ते गेलं नसतं.''

''बघा हो कसं बोलतोय. मोठा झाला ना, कमवायला लागला आणि लग्न झालं बायकोही आली.''

''आई तू म्हणतेस ना. त्यातल्या एकाचाही संबंध थनाही याच्याशी. माझं म्हणणं हेच आहे की, आता या इश्यूला इतके महत्त्व देणे योग्य नाही. एक एकटी बाई कोरोनाने आजारी आहे. तिला मानसिक आधारथ द्यायचा आहे. ४० वर्षांपूर्वीचा जवळचा माणूस, फक्त फोन वर आधार देणार अथाहे. ६७व्या वर्षी प्रेमात वगैरे पडणे शक्य नाही अन् तू शिळ्या कढीला का ऊत आणत आहेस?'' अमोल जरा स्पष्टच बोलला.

''ते काही असो, मला हे पटले नाही आणि पटणे शक्य नाही. माझा स्वभाव जसा आहे तसा आहे. तो आता ६२व्या वर्षी तरी बदलणे शक्य नाही,'' असे म्हणत रेखाताई आत निघून गेल्या.

त्यानंतर रेखाताई काही ना काही विषय काढून प्रसन्नशी भांडत असत. असे जवळपास सहा महिने चालले. दर वेळेस त्या 'मी काय आई-वडिलांनी पसंत केलेली, मी कुठे तुमची प्रेमाची बायको आहे, मी कुठे गायिका आहे, मी कुठे साहित्यिक आहे,' असे टोमणे मारत असत.

शेवटी त्या एक दिवस बाहेर गेलेल्या असताना अमोल त्याच्या बाबांना म्हणाला, ''बाबा तुम्ही कसं सहन करता हो. मुख्य म्हणजे माझा आणि आईचा

सहवास आणि तुमचा आणि आईचा सहवास यात फार तर ४-५ वर्षांचा फरक म्हणजे मी जन्मलो आणि मला समजायला लागले तेवढा काळ. मला आठवत नाही की, तुम्ही कधी शुभांगी मावशीचे नाव काढले आहे की तिच्यावरून आईला टोमणे मारले आहेत. वाकडे बोलणे तुमच्या रक्तात नाही बाबा अन् मग आई का हा इश्यू करते आहे. माझ्याकडे एक plan आहे, ऐका, ती आता घरी आली की, तुम्ही तिला धमकी द्या. मी वृद्धाश्रमात राहिला जातो म्हणून. मीही तुम्हाला सपोर्ट करतो. मी तुम्हाला असा posh वृद्धाश्रम निवडायला मदत करीन म्हणतो.''

''नको रे जन्मभर खस्ता खाल्या आहेत तिने या घरासाठी, तुझ्यासाठी माझ्यासाठी, कशाला मग असे काही करायचे. नको, मला नाही तिला त्रास द्यावासा वाटत.''

''बाबा, तुम्ही पण जन्मभर खस्ता खाल्या आहेत. तिला असे वाटते आहे की, आपण जे काही म्हणू ते हे ऐकून घेतात. तिच्याशिवाय तुमचे होत नाही; पण तिला हे लक्षात येत नाही की, तिचेही तुमच्याशिवाय होत नाही. हेच आपल्याला दाखवून द्यायचे आहे. नाही तर मी असताना तुम्हाला वृद्धाश्रमात पाठवायला मला आवडेल का? बाबा हे एक नाटक आहे. बघू या काय म्हणते. जा म्हणाली तर जा तुम्ही आणि तुम्हाला वाटेल तेव्हा परत येऊ शकता.''

''पटतं नाही एवढे; पण ठीक आहे, done.''

एवढ्यात रेखाताई घरी परत आल्या. ''आई कुठे गेली होतीस?''

''आता काय तुम्हाला माझ्याशी बोलायला वेळ नाही. तूही अधूनमधून कुठे बाहेर जातोस, सांगतही नाहीस. यांचे काय... काही बोलायची सोय नाही.''

''रेखा एक तुला सिरियसली सांगायचे आहे,'' प्रसन्न गंभीरपणे म्हणाले.

''काय घटस्फोट देता आहे मला, त्या शुभांगीशी लग्न करायचे आहे.''

''नाही, मी वृद्धाश्रमात राहायला जायचं ठरवलं आहे.''

''का हे डोहाळे वृद्धाश्रमाचे? इथे काही होत नाही आहे का मनासारखे?''

''मला शांतता हवी आहे.''

''बाबा, good decision. जा तुम्ही काही दिवस, मी म्हणतो तुम्हाला बरेच वाटेल. आज काल मुले सांभाळत नाहीत म्हणून जे लोक वृद्धाश्रमात जातात ना, ते सगळे श्रीमंत घरचे असतात. त्यांनाच हा प्रॉब्लेम सतावत असतो, त्यामुळे काही posh वृद्धाश्रमसुद्धा आहेत.''

''हे बघा, तुम्ही ठरविलेच असेल तर मी अडवणार नाही आणि तसा मला काही अधिकार आहे का?''

''बाबा, तुम्ही आईशी बोलत असताना, मी नेटवर बघितले आहेत २-४ चांगले वृद्धाश्रम.'' अमोल.

"ठीक आहे. मी बॅग भरतो. तू बोलून ठेव एखाद्या वृद्धाश्रमाशी," असे म्हणत प्रसन्न बेडरूमला निघून गेले. रेखाताई मात्र अजिबात टस की मस झाल्या नव्हत्या.

थोड्या वेळाने प्रसन्न आणि अमोल दोघेही वृद्धाश्रमात जायला निघाले. "येतो गं," असे म्हणत प्रसन्न घराबाहेर पडले.

जीवन-आधार वृद्धाश्रमाचे नाव होते. तिथे दोघेही येऊन पोहोचले. registration वगैरे आटोपल्यावर, तिथे प्रकाश अलोणी म्हणून मॅनेजर होते. ते अमोलला म्हणाले, "तू असताना हे का इथे आलेत? मनावर घेऊ नकोस. तुमचे चांगले tuning वाटते आहे. म्हणून विचारले बरं. मुख्य म्हणजे मी यांना बघितले आहे या आधी, आठवत नाही आता कुठे ते."

"काका काय सांगू, मी असताना हे इथे कसे, हा तुमचा प्रश्न स्वाभाविक आहे; पण आज नको पुढच्या भेटीत मी सांगेन किंवा बाबा सांगतील."

"नाही, ते तसे सांगितले पाहिजे असे नाही. चला मी तुम्हाला रूम दाखवितो." असे म्हणत ते प्रसन्न आणि अमोलला घेऊन रूमकडे निघाले. ही ११ नंबरची रूम तुमची.प्रत्येक रूममध्ये इंटरकॉम आहे. काही लागले तर १ नंबरला कॉल करा. १५ नंबर नंतर डायनिंग हॉल आहे; पण कोरोना संक्रमणापासून बंद ठेवला आहे. आपापले ताट वाढून न्यायचे आपापल्या खोलीत. बाकी नियमांचे पुस्तक, तिथे टेबल वर ठेवले आहे ते वाचून घ्या. सध्या आम्ही कुठलेही कार्यक्रम घेत नाही; पण कुणाला करायची इच्छा झाली, तर टीव्ही आहे. नेटवर करता येईल. ओके good luck." असे म्हणून अलोणी निघून गेले.नंतर अमोलही निघून गेला. सध्या कुणीच रूमच्या बाहेर पडत नसत. दोन-चार दिवस झाले. सुरुवातीचे काही दिवस प्रसन्न खूप बोअर झाला, तेव्हा मोबाईलवर वेळ घालवायचा. अमोलचे मेसेज आणि कॉलही रोज येत होता; पण रेखाताईंचा नाही आला. एक दिवस हेमंतही भेटून गेला.

डिसेंबर २०२०मध्ये कोरोना थोडा कमी होऊ लागला होता. बरेच निर्बंध शिथिल केले होते. सदस्यांना एकमेकांना भेटायची परवानगी दिली गेली. एक दिवस प्रसन्ननी मोबाईलवर जुनी मराठी गाणी लावली होती. वसंतराव देशपांडे त्यांचे आवडते गायक. त्यांचेच 'राहिले ओठातल्या ओठात वेडे शब्द माझे राहिले,' सुरू होते. इतक्यात एक आपल्या वयापेक्षा बरीच तरुण वाटणारी स्त्री प्रसन्नच्या खोलीत डोकावली. "वा छान आहे गाणे... मला खूप आवडते. आत येऊ का?" असे विचारत ती स्त्री रूममध्ये आलीदेखील. प्रसन्नना दूरचा चश्मा होता. त्यांनी तो चढविला आणि एकदम "शुभांगी तू. मला ओळखले नाहीस." त्या स्त्रीनेही निरखून बघत "कोण? आवाज प्रसन्नसारखा वाटतो आहे. मी बघितले तुम्हाला. मी म्हटले तुम्ही इथे कसे असाल." "हो मीच प्रसन्न. तू इथे कशी म्हणजे कशा?" "अरे तुरे करतो आहेस, तेच चालू ठेव. वय बदलत असतं रे नाती नाही. कुणाला वाटले

होते का तू पुन्हा इथे भेटशील. शेवटी प्रत्येक गोष्टीचे योग असतात. ऋणानुबंध असतात.''

''खरी गोष्ट आहे; पण ज्या स्त्रीमुळे मी इथे आहे, ती तुला इथे भेटावी.''

''म्हणजे मी नाही समजले?''

मग प्रसन्नने शुभांगीला सगळे सांगितले. ''ओह, आय ॲम सॉरी सॉरी,'' ''तू कशाला सॉरी म्हणतेस. आपली भेट होणार होती म्हणून तिला ही बुद्धी झाली म्हणायची.'' ''अजून तेच वाइटातून चांगले शोधायची सवय गेली नाही वाटते. चांगली गोष्ट आहे. या गोष्टी जपल्यास. गातोस की नाही अजून. एखादा कार्यक्रम ठेवायला सांगते. अलोणी आरबीआय मुंबईला होते, वेगळ्या सेक्शनला. रिटायर झाल्यावर हे सुरू केले, त्यामुळे आम्ही दोघे एकमेकांना ओळखतो. आपल्याविषयी त्यांना सगळे माहीत आहे. ठीक आहे येते मी. आता रोज गप्पा मारू. ''

शुभांगीची सोबत लाभल्याने दीड महिना कसा निघून गेला कळलेच नाही. रेखाताईंचा एकही फोन आला नव्हता. २६ जानेवारीला आश्रमात एक कार्यक्रम ठरविण्यात आला होता. त्यात प्रसन्नचे गायन होते. शुभांगीचेही गायन ठेवले होते. त्यात प्रकाश अलोणी यांनी संचालन करताना प्रसन्न आणि शुभांगी यांच्याबद्दल सांगितले. अगदी दोघांनी एकत्र गाणे म्हटले होते तिथपासून ते दोघांचे लग्न होणार होते; पण ते कसे होऊ शकले नाही. तरी दोघांनी भूतकाळ विसरून एकमेकांच्या जोडीदारांसोबत पूर्ण आयुष्य अगदी सुखात आणि आरामात घालविले. आज केवळ योगायोगाने ते इथे आहेत. कदाचित उद्या नसतील, असेही ते भाषणात म्हणाले. त्यानंतर प्रसन्नचेदेखील भाषण झाले. त्याने भाषणात सांगितले की, शुभांगीने लग्नाबद्दल विचारले होते; पण मी तिला म्हटले नागपूरला यावे लागेल. तिने थोडा वेळ मागितला. तेवढ्यात माझी बदली झाली. आई-वडिलांनी मुली पाहायला सुरुवात आधीच केली होती. चांगले स्थळ आले आणि शुभांगीचा निरोप आला नव्हता.त्यामुळे एक चांगला मुहूर्त पाहून त्यांनी रेखाशी लग्न केले होते. नंतर शुभांगीने होकार कळविला, तोपर्यंत वेळ निघून गेली होती. त्याला त्याची बायको रेखा हिच्यामुळे जीवनात सुख, समृद्धी लाभली. त्याला स्वतःला मुलाच्या पालन-पोषणाकडे लक्ष देता आले नाही; पण त्यामुळे मुलाच्या संगोपनात काही फरक पडला नाही. त्याच्यावर अतिशय चांगले संस्कार तिने केले. शुभांगीनेदेखील तिच्या नवऱ्याची तारीफ केली. ती म्हणाली की, प्रसन्ननंतर मी लग्नाचा विचार सोडलेला. Arrange marriages का यशस्वी होतात. हे खरे तर मला विद्याधरकडून शिकायला मिळाले. I am unfortunate that I could not spent much time with him. आम्ही दोघांनी सुयशला शिकायला यूएसला पाठविले; पण इथल्यापेक्षा आणि मुख्य म्हणजे आई आणि बाबा यांच्या सोबत राहण्यापेक्षा त्याला यूएस अधिक आवडले. आवड एकेकाची. इथे मी वृद्धाश्रमात राहते आहे, असे मला

वाटत नाही. तुम्ही सगळे माझेच आहात; पण कधी तरी विचार मनात येतो ना, तेव्हा एकाकी वाटते; पण प्रसन्नची भेट झाल्यावर हा एकाकीपणा दूर झाला आहे. त्याच्या मिसेसशीसुद्धा ओळख करून घ्यायला मला आवडेल. एवढा चांगला माणूस जिच्या प्रेमात आहे. ती नक्कीच याच्यापेक्षा चांगली असेल. या कार्यक्रमाची लिंक प्रसन्नने अमोलला फॉरवर्ड केली होती. अमोल हा आय.टी. इंजिनियर असल्याने त्याने आणि त्याच्या आईने हा प्रोग्राम टीव्हीवर बघितला.

संध्याकाळी ६.३० वाजता सुरू झालेला कार्यक्रम रात्री ९.३०ला संपविण्यात आला.हो, संपविण्यात आला. इतका रंगला होता कार्यक्रम. रेखाताई सकाळी ६.३०ला उठल्या.पटपट देवाची पूजा आटोपून, त्या अमोल उठायची वाट पाहत होत्या. अमोल उठताच हॉलमध्ये आला आणि म्हणाला,

''काय आई, आज स्नान आणि देवपूजाही आटोपलेली दिसते आहे. कुठे जाणार आहेस का?''

''हो जायचे आहे. तू तयार हो आणि पटकन कार काढ.''

''पण कुठे जायचे आहे?''

''तू तयार होऊन ये मग सांगते.''

थोड्या वेळाने अमोल स्नान आटोपून आणि तयार होऊन बाहेर आला. कारची किल्ली घेऊन ''ये आई तू, मी गाडी बाहेर काढतो,'' असे म्हणून बाहेर पडला. रेखाताईंनी दाराला कुलूप घातले आणि फाटकाला कुलूप लावून त्या कार पाशी आल्या. कारचे दार उघडून आत बसल्या.

''आई कुठे जायचे आहे हे तर सांग.''

''वृद्धाश्रमात जाऊ या वृद्धाश्रमात.''

''बाबांना घरी घेऊन यायचे आहे का? काल शुभांगीमावशी सोबत पाहून हे ठरविले का?''

''कुठले तर्क चालवू नकोस. समोर बघून कार चालव.''

''ठीक आहे आई.''

थोड्याच वेळात दोघेही वृद्धाश्रमात पोहोचले. ऑफिसला पोहोचताच रेखाताई अमोलला म्हणाल्या,

''तू पुढे हो. बाबांना सामान आवरायला मदत कर.''

''ओह आई, तू ग्रेट आहेस.''

रेखाताईंनी ऑफिसमध्ये जाऊन फॉर्मॅलिटीज पूर्ण केल्या अन् त्या ११ नंबरला पोहोचल्या.

''अरे रेखा तू.''

''हो मीच, खूप झाला फाजीलपणा, या वयात शोभतं का हे सारं. इथेच राहायचा विचार करू नका. मी सगळे पैसे भरून तुमच्या निघण्याची व्यवस्था केली आहे. अमोल, तू शुभांगी मावशीला बोलव. तिला सांग आम्ही निघतो आहे.''

अमोल शुभांगीला घेऊन आला. प्रसन्नने दोघींची ओळख करून दिली. शुभांगी रेखाला म्हणाली, ''रेखा तू आलीस. इतक्या लवकर भेट होईल असं वाटलं नव्हतं.'' ''हो ना... मलाही कुठं वाटलं होतं.'' मग शुभांगी म्हणाली, ''प्रसन्न मधून मधून येत जा दोघेही. अमोल तुला जमलं तर तिघेही या.'' अमोलने तिला वाकून नमस्कार केला आणि म्हणाला, ''मावशी एकटी आहेस असे बिलकुल समजू नकोस. अगदी मावशीच्या नात्याने बोलवत जा.'' प्रसन्न आणि अमोलने सामान उचलले, ''येतो, शुभांगी मावशी.'' ''ठीक आहे'' असे म्हणत शुभांगी निघाली. रेखा म्हणाली, ''तुम्ही दोघे सामान ठेवून द्या. मी जरा किचनवगैरे मधल्या लोकांचे आभार मानून येते.'' त्या दोघांची पाठ दिसताच रेखाताई शुभांगी कुठे राहतात हे बघायला गेल्या. कुणी तरी रूम नंबर सांगितल्यावर त्या रूमपाशी जाऊन पोहोचल्या.

''शुभांगी, सामान भर तुझे.''

''का मी कुठे जाणार आहे?''

''तुला माझ्यासोबत यायचे आहे. कोरोना अजून गेलेला नाही, तुझे इथे सख्खे कुणी नाही. तुला इथे एकटीला मी सोडून जाईन, असं वाटलं का तुला. तुझ्या मित्राच्या सोबत ४० वर्षे संसार करून, मी काही शिकलेच नाही म्हणायचे आहे का तुला. नाही म्हणू नकोस. मला बहीण मान, मैत्रीण मान. काहीच मानायचे नसेल, तर माझ्या नवऱ्याची एक चांगली मैत्रीण अन् अमोलची मावशी म्हणून चल, प्लीज.''

''पण तुमच्या संबंधावर काही परिणाम होणार नाही ना?''

''होईल ना, का नाही होणार; पण चांगला परिणाम होईल. ते अजून प्रेम करतील माझ्यावर.''

दोघी आल्या तशा रेखाताई अमोलला म्हणाल्या, ''अमोल मावशीचे सामान कारमध्ये ठेव.''

''आई?'' ''रेखा?'' अमोल आणि प्रसन्न दोघेही एकदम ओरडले.

''तुम्हाला वाटले तुम्ही जिंकलात; पण नाही मी हरवले तुम्हा दोघांना, कारण प्रसन्न या माझ्या कर्तबगार नवऱ्याची बायको आहे मी आणि अमोल या कर्तबगार मुलाची आई, मी कधी हारू शकते का?'' अन् मग चौघेही हसत हसत घराकडे रवाना झाले.

पुरुषी अहंकार

चाळीसगाव हे खानदेशातील एक प्रमुख शहर. तितुर आणि डोंगरी नदी अशा दोन नद्या लाभलेले हे शहर. देशातील सर्वांत जुन्या समजल्या जाणाऱ्या, काही प्रमुख लोहमार्गांपैकी एक म्हणजे मुंबई-हावरा लोहमार्गावरचे एक जंक्शन. लहानपणी काही कळत नसे, याला जंक्शन का म्हणतात; पण एकदा लहानपणीच चाळीसगावहून आजोळी जात असताना, माझ्या आईला आपल्या पर्समध्ये तिकीट लवकर सापडत नव्हतं, तेव्हा टीसी अगदी जवळ उभे होते आणि ते सतत आईकडे बघत असल्यामुळे आईचा गोंधळ अधिकच वाढत होता म्हणून मी त्यांचे लक्ष वेधण्यासाठी त्यांनाच विचारले, ''काका, जंक्शन म्हणजे काय हो?'' त्यांनी माझ्याकडे बघितले. ७-८ वर्षांचा असेन मी तेव्हा. एवढ्याशा लहान मुलाची एवढी उत्सुकता पाहून त्यांना आश्चर्य वाटले आणि त्यांना आपल्या दैनंदिन रुटीनमधल्या प्रश्नांपेक्षा, म्हणजे बर्थ उपलब्ध आहे का? वगैरेपेक्षा, कुणी तरी वेगळा प्रश्न विचारल्याने ते अगदी प्रेमाने म्हणाले, ''बाळा, जंक्शन म्हणजे ज्या ठिकाणाहून दोन वेगवेगळ्या ठिकाणी रेल्वे रूट जातात.'' तेवढ्यात आई त्यांना म्हणाली, ''तिकीट सापडले, तिकीट सापडले;'' पण त्यांचे तिच्याकडे लक्ष नव्हते. ते मला म्हणाले, ''जसे चाळीसगावहून एक रूट मुंबई-हावरा जातो, तसाच एक रूट चाळीसगाव हून धुळ्याला जातो म्हणून जंक्शन.'' मी त्यांना अगदी मनापासून थँक्स म्हटले. आई जवळील तिकीट बघून आणि मला टाटा करून ते पुढे निघाले. आईचा मी मोठा मुलगा, त्यामुळे आईला माझे कौतुक होतेच, त्यामुळे ती मला कौतुकाने म्हणाली, ''राजा, किती योग्य वेळी प्रश्न विचारलास. ते टीसी माझ्याकडे एकसारखे पाहत होते ना. तेव्हा मला अगदी विना तिकीट प्रवास करतो आहे की काय, असं वाटत होते, त्यामुळे तिकीटही सापडतं नव्हते. थँक यू बेटा.'' ते सारे काही असो माझ्या ज्ञानात भर पडली होती.

तर या चाळीसगावात एक खूप जुने कॉलेज होते. तात्या टोपे महाविद्यालय, चाळीसगाव-धुळे रस्त्यावर, रेल्वे ब्रिज ओलांडला की लगेच डाव्या हाताला कॉलेजची बिल्डिंग दिसायची. बाहेर साधे मेंदीचे कंपाऊंड, गेटमधून आत शिरले की, आधी भले मोठे पटांगण आणि मग कॉलेजची बिल्डिंग. समोरची बाजू सोडली तर कॉलेजच्या बाकी तिन्ही बाजूंना निंबोणीची झाडे, त्यामुळे कॉलेज परिसर बाहेरून म्हणजे रोडवरून खूप सुंदर दिसत असे.

मला नेहमी प्रश्न पडायचा की, माझ्या कॉलेजचे नाव तात्या टोपे महाविद्यालय का? कारण, तात्या टोपे यांचा चाळीसगावशी अगदी दुरन्वयेही संबंध नव्हता म्हणजे ते ना चाळीसगावचे होते ना त्यांचा चाळीसगावशी काही संबंध आलेला. एकदा मी माझ्या मित्राला विचारले, तर तो म्हणाला की, अरे आपल्या गावात महात्मा गांधी विद्यालय आहे.ते कुठे आपल्या गावचे आहेत, तरी आहे ना आपल्या गावात त्यांच्या नावाची शाळा. खरे म्हणजे माझ्या मित्राने माझी शाळा घेतली होती हे माझ्या नंतर लक्षात आले; पण तेवढ्या वेळापुरते माझं समाधान झालं होतं; पण नंतर कळलं की, गावात टोपे नावाचे कुणी दानशूर गृहस्थ होते. त्यांनी कॉलेजला देणगी दिली. संस्थेच्या संचालकांनी विचारले की, तुमच्या कुणाचे, आई-बाबांचे वगैरे नाव द्यायचे का? तर ते म्हणाले होते की, छे त्यांचे कुठले एवढे कर्तृत्व, तात्या टोपे यांचे नाव द्या. म्हणून तात्या टोपे महाविद्यालय.

या कॉलेजमध्ये प्रा. नानासाहेब सरपोतदार या भारदस्त नावाचे, मानसशास्त्र विषयाचे प्राध्यापक होते. पुणे विद्यापीठात त्यांचा मोठा दरारा होता. निश्चितच ते विद्वान होते, यात शंका नाही. मी त्या कॉलेजला बीएससी करीत होतो. याच कॉलेजला सरांचा मुलगाही शिकून गेला होता. माझ्यापेक्षा बराच सिनियर होता. कॉलेजमध्ये मोठ-मोठ्या पाट्या लावतात ना... माजी विद्यार्थी जे विशेष प्रावीण्याने पास झाले. त्यात त्याचे नाव मी पाहिले होते, त्यामुळे मला ते कळाले होते. आमच्या कॉलेजला ११वीपासून वर्ग होते. १२वी मेरिटमध्ये त्याचे नाव होते. त्याचे चाळीसगावमध्ये मोठे हॉस्पिटल होते. एम.बी.बी.एस. एम.डी. (ortho). चांगली प्रॅक्टिस होती त्याची. माझी चुलत बहीण याच कॉलेजला होती. बहुतेक सरांच्या मुलासोबत म्हणून मला नेहमी त्यांच्याबद्दल उत्सुकता वाटायची.

तर हे डॉ. प्रा. नानासाहेब सरपोतदार मानसशास्त्राचे प्राध्यापक होते. मला वाटायचं की, मानसशास्त्राचे प्राध्यापक आहेत म्हणजे ते मुलांशी प्रेमाने वागत असतील. कारण, कार्यक्रमात वगैरे अगदी छान बोलायचे म्हणजे भाषण द्यायचे. कार्यक्रमात वावरताना एकदम आदबशीर वागणूक; पण कसचे काय. माझा एक मित्र मला म्हणाला की, ते एकदम खवचट आहेत. आदिवासी लोकांच्या जीवनावर त्यांनी पी.एच. डी. केलेली आहे.

एकदा मी कॉलेजच्या आवारात जे कँटीन होते. तिथे एकटाच चहा पीत बसलो होतो. नुकतेच स्नेहसंमेलन झाले होते. मी किशोर कुमारचे 'जब भी कोई कंगना बोले पायल छलक जाये' हे 'शौकीन' चित्रपटातील गाणे म्हटले होते. प्राचार्य जोशी, जे पहिल्या रांगेत बसून होते, ते किशोर कुमारचे चाहते असल्याने मी गाणे म्हणत असताना खूप छान दाद देत होते म्हणून मी सारखा त्यांच्याकडे बघत होतो. माझे गाणे खूप छान झाल्याने एका रात्रीत मी खूप फेमस झालो होतो.

तर मी बसलेलो असताना तीन–चार मुली टेबल जवळ आल्या. त्यांनी माझे अभिनंदन केले आणि बाजूच्या खुर्च्यांवर बसू का म्हणाल्या. मी म्हटले की, बसा. तुम्ही कुठेही बसू शकता. हे हॉटेल माझे नाही. त्या तिघीही जोरात हसल्या. त्यातील एकीने मला विचारले, ''ए आम्हाला सांग ना. तू सरपोतदार सरांकडे पाहत का गाणं म्हणत होतास? तुला माहीत आहे कां काही,डीटेल त्यांच्या बद्दल?'' मी म्हटले नाही, ''मी प्राचार्य सरांकडे बघत होतो.त्यांना किशोर कुमारची गाणी आवडतात ना. सरपोतदार सरांकडे नाही; पण तुम्ही असं का विचारत आहात मला?'' माझ्या प्रश्नावर त्या माझ्याकडे अशा बघू लागल्या की, मला वाटू लागले की, आपण खूपच बावळट आहोत का. ''तू 'शौकीन' चित्रपट पाहिला असशील ना? ज्यातले गाणे तू म्हटलेस. सरपोतदार सर, तसेच 'शौकीन' आहेत म्हणून विचारले तुला काही माहीत आहे का? कारण, तुझी बहीण राजश्री या सरांच्या मुलाच्या वर्गात होती,'' त्या तिघीतली एक म्हणाली. तशी दुसरी चावटपणे म्हणाली की, फक्त सरांच्या मुलाच्या वर्गात होती की आणखी कुठे? एवढे असून लग्न नाही केले दोघांनी. माहीत आहे का ते?'' अन् मग तिघी जोरात हसल्या आणि 'येतो रे आम्ही, एंजॉय' म्हणत निघून गेल्या.

मी घरी आलो. त्या तिघी जे काही बोलल्या होत्या. ते काही केल्या डोक्यातून जात नव्हते. अभ्यास नाही राहत एवढा लक्षात माझ्या, एक क्षण वाटून गेले मला. राजश्री माझी चुलत बहीण, मोठ्या काकांची मुलगी. माझे वडील सर्वांत धाकटे. सर्वांत मोठे राजश्रीचे बाबा त्या नंतर एक आत्या आणि मग माझे बाबा. राजश्रीताई माझ्यापेक्षा ८–९ वर्षांनी मोठी असेल. तीही डॉक्टर झाली. तिचे डॉ. अमित सानेशी लग्न झाले आणि ती पुण्याला सेटल झाली. ५ वर्षांपूर्वी काकांनी चाळीसगावला स्वतंत्र बंगला बांधला. राजश्रीताई डॉक्टर असल्याने तशीही धावत-पळत चाळीसगावला यायची आणि मग आमच्याकडे फक्त भेटायला म्हणून यायची.

त्या तिघी राजश्रीताईबद्दल बोलल्या होत्या आणि मला काहीच माहीत नव्हते या गोष्टीमुळे मी अधिकच अस्वस्थ होतो. तेवढ्यात आई मला येऊन म्हणाली, ''राजा, अरे असे काय झाले आज कॉलेजला, तू एवढा अस्वस्थ का आहेस?'' आईने प्रेमळपणे प्रश्न विचारल्यामुळे मी 'आई' म्हणत तिच्या कमरेला मिठी मारली. तिला आज कॉलेजमध्ये जे झाले ते सांगितले आणि मला काहीच माहीत नव्हते.

या गोष्टीमुळे मी अधिकच अस्वस्थ आहे, असे म्हणालो, तेव्हा आई म्हणाली की,
अरे ८-९ वर्षांपूर्वीची गोष्ट. किती वर्षांचा होतास तू तेव्हा ९-१०चा ना. तेव्हा
कळतात का कुणाला असल्या गोष्टी आणि होऊन गेल्या की, कुणी बोलत नाही.
मी सांगेन तुला कधी तरी. मी म्हणालो की, कधी तरी नाही, आज सांगशील जेवण
झाल्यावर दुपारी. मग आई म्हणाली की, ठीक आहे मला जेवढे माहीत आहे तेवढे
सांगेन. तिच्या या बोलण्यावर मला हसू आले. जेवढे माहीत आहे तेवढेच सांगणार
ना, जास्त कसे सांगेल. मला हसताना पाहून आईने विचारले की, काय झाले. मी
'काही नाही गं' असं म्हटलं आणि फ्रेश व्हायला निघून गेलो.

माझे जेवण आटोपले. तसे आई म्हणाली, ''का रे आज लवकर झाले? कमी
जेवलास का?'' बाबा ऑफिसला निघून गेले की, मी आणि आई दोघेच घरी असत
असू. माझे कॉलेज सकाळी ८.०० ते ११.३० असल्याने घरी आल्यावर मी आणि
आई सोबत जेवत असू. वास्तविक रोज आईच मला वाढत असे, आजही तिने
वाढले होते, त्यामुळे मी किती जेवलो हे तिला माहीत होते; पण तिला हेही माहीत
होते की, याला सगळे जाणून घेण्याची इच्छा अधिक असल्याने हा घाईत जेवला.

आई आवरून हॉलमध्ये आल्यावर तिने सांगायला सुरुवात केली, ''तुझी
राजश्रीताई आणि सरपोतदार सरांचा मुलगा प्रशांत, अगदी पाचवीपासून सोबत
शिकले. दोघेही हुशार होते. दोघांनी दहावीत आणि बारावीत एकत्र अभ्यास केला
आणि दोघेही दोन्ही परीक्षांत मेरिटमध्ये आले. मेडिकललादेखील दोघांना पुण्याचेच
कॉलेज मिळाले. पुण्याहून सुट्ट्यांना येताना दोघेही एकत्र येत आणि एकत्र जात.
इतक्या प्रदीर्घ सहवासाने दोघांना एकमेकांविषयी वाटले नाही, तरच नवल ना. झालं
दोघं प्रेमात पडले होते. आपले गाव लहान त्यामुळे सगळ्यांच्याच नजरेस आले.
पोस्ट ग्रॅजुएटला त्यांचे मार्ग बदलले, हा अस्थिरोग तज्ज्ञ झाला, ती स्त्रीरोग तज्ज्ञ;
पण लग्न झाले नाही दोघांचे. का काही माहीत नाही.'' हे कारण मला तेवढेसे पटत
नव्हते. Sherlock Holmes जास्त वाचत असल्याचा परिणाम होता.

मी खूप अस्वस्थ होतो, सारेच जाणून घ्यायला आणि ती संधी चालून आली.
अर्थात कारण तसे गंभीर होते. माझे दादा काका अर्थात राजश्रीताईचे बाबा. त्यांना
हार्ट अ‍ॅटॅक आला होता. मी, आई आणि बाबा तातडीने हॉस्पिटलला गेलो.
राजश्रीताई, तिचे मिस्टर डॉ. राजेश सानेदेखील आले होते. डॉ. राजेशनी दादा
काकांना पूर्ण व्यवस्थित तपासले आणि मग बाबांना म्हणाले की, आज मी आहेच
इथे, तेव्हा सगळ्या टेस्ट करून घेईन. उद्या संध्याकाळी मात्र मला पुण्याला जावे
लागेल. कारण, परवा दिवसभरात माझी ५ मेजर ऑपरेशन्स आहेत. ती माझ्याशिवाय
कुणी करणार नाही; पण राजश्री आता दादा बरे होईपर्यंत इथेच राहील.

डॉ. राजेशच्या ट्रीटमेंटमुळे दादा काका दहा दिवसांत नॉर्मल होऊन फिरायला
लागले होते. यादरम्यान एक दिवस माझी आणि राजश्रीताईची भेट झाली. तिला

म्हटले, ''घरी ये ना.'' तर ती म्हणाली की, तिचे बाबा बरे झाले की, दोन-तीन दिवस राहिला येईन तुझ्या घरी. काका-काकू सोबत खूप दिवसांत बोलले नाही, राहिले नाही. आता दादा काका घरी आले होते. त्या गोष्टीलादेखील दोन दिवस झाले. मी विचार करीत होतो. तिला आठवण करून द्यावी का, एवढ्यात आईला एक फोन आला. तो राजश्रीताईचा होता. संध्याकाळी येते म्हणाली होती ती.

संध्याकाळी पाचच्या सुमारास राजश्रीताई कारने आली. मी तिची बॅग घ्यायला धावलो, तेव्हा 'अरे राजा, राहू दे, फारशी वजनदार नाही आहे.' असे ती म्हणेपर्यंत मी बॅग आत घेऊन आलो होतो. आधी आई, बाबा, मी आणि राजश्रीताई यांच्या खूप इकडच्या तिकडच्या गप्पा झाल्या. मग राजश्रीताई म्हणाली, ''खरं म्हणजे काका आणि काकू, तुम्हाला मला काही सांगायचे होते; पण लग्नाच्या गडबडीत नाही सांगता आले.काही हरकत नाही, सहाच महिने झालेत. ते म्हणजे माझे अन् राजेशचे कसे लग्न झाले, जेव्हा आपण सगळेच including मी हा विचार करीत होते की, माझे आणि प्रशांत सरपोतदारचे लग्न होईल.''

तेवढ्यात आई तिला टोकत म्हणाली, ''तुझे सांगशील गं पण या राजाचा प्रश्न ऐक.'' तिने मला विचारले, '' का? काय झाले?'' तर मी तिला 'शौकीन'चे गाणे आणि त्या मुलींचे सरपोतदारसरांना 'शौकीन'मधले कॅरक्टर म्हणणे इत्यादी... जे घडले ते सांगितले. तेव्हा ती म्हणाली, ''अहो काकू, काका ती एक कहाणी आहे. एक दिवस प्रशांत काही कामासाठी चाळीसगावहून पुण्याला आला होता. त्याचा मला फोन आला. मला म्हणाला की, तुझ्याशी अर्जंट बोलायचे आहे. मी त्याला म्हटले की, अरे काल संध्याकाळी तर भेटलो आपण, तर तो म्हणाला की, मान्य आहे, तरी मला भेटायचे आहे. मी म्हटले की, कुठे घरी येऊ का? पुण्यालाही त्याचे एक घर आहे, तर तो नको, बाहेर भेटू म्हणाला. त्याने मला कॉफी हाउसला ये असं सांगितलं. मी बरोबर पाच वाजता कॉफी हाउसला जाऊन पोहोचले.

''राजश्री, एक गडबड झाली आहे. मला तुझी मदत हवी आहे.''

''काय झालं, इतका अस्वस्थ का दिसतोस तू?''

''सांगतो खूप शांतपणे ऐकावे लागेल. मधे मधे काहीही विचारू नकोस. जे विचारायचे आहे ते नंतर विचार.''

''बरं बोल.''

''तुला आठवतं का की, नाना पी.एच. डी. करत होते. बऱ्याच वेळा धुळे आणि नंदुरबार जिल्ह्यांच्या अतिशय दुर्गम अशा भागात त्यांना जावे लागे. आदिवासींच्या जीवनावर पी.एच. डी. करायची, तर त्यांचे जीवन तिथेच जाऊन अनुभवावे लागे. त्यांना एक साहाय्यक हवी होती, जिला अशा कार्यात इंट्रेस्ट हवा आणि अशा दुर्गम भागात जाऊन राहायची तयारी हवी होती. आपल्याकडची कुणी

तयार होईना म्हणून बाबांनी शेवटी वर्तमानपत्रात जाहिरात दिली. काही मानधन द्यायचे ठरविले. जाहिरात पाहूनच, ती जी मुलगी बाबांसोबत असायची, ती मेघा शर्मा इंदौरहून आली होती. बाबा आणि ती बरेच दिवस एकत्र असायचे. एकदा जवळपास २५ दिवस ते एकत्र होते, तेव्हा ते आदिवासींच्या वैवाहिक आणि sexual relationवर थोडे जाणून घेताना ती बाबांच्या अर्ध्या वयाची मुलगी आणि माझे बाबा यांच्यामध्ये जे नको ते झालं.

''ते दोघे चाळीसगावला परतले. तिचा पिरेड आला नाही आणि बाबांच्या काळजाचे ठोकेच चुकले. एक दिवस मी हॉस्पिटलला कामात असताना आईचा फोन आला की, घरी येऊन जा. बाबांना अस्वस्थ वाटते आहे. मी मुद्दामच स्टेटसकोप, ई.सी.जी. सोबत नेले होते. बघितले तर बाबांचा बीपी खूप हाय झाला होता. ई.सी.जी. घेतला, तोही abnormal निघाला. मी बाबांना घेऊन हॉस्पिटलला आलो. केबिनमध्ये कुणालाही पाठवायचे नाही असे सांगितले. मग बाबांना म्हटले की, बाबा, आता मी एक डॉक्टर आणि तुम्ही पेशंट आहात, असे समजून मला काय झाले आहे ते स्पष्ट सांगा. तुमची प्रकृती ठीक नाही. मग बाबांनी मला जे घडले ते सर्व सांगितले. ते म्हणाले की, माझं खूप नाव आहे सगळीकडे, माझी छी थू होईल हे बाहेर कुणाला कळले तर आणि तुम्हा मुलांनासुद्धा जगणं कठीण होईल. काय करावं कळत नाहीये. तीदेखील abortionला तयार नाही. मी त्यांना शांत केले आणि इथे आलो. काय करू तू सांग. तुझ्याशी मी लग्न करू शकत नाही, हे सांगितले तर ते तू स्वीकारशील ना. मी ठरविले आहे. मी तिच्याशी लग्न करणार आहे. मी बाबांचे पाप माझ्या शिरावर घेणार आहे. जे झाले ते फक्त मी, आता तू, बाबा आणि ती जाणतात. मी करू का लग्न तिच्याशी?''

मी त्याला म्हटले, ''नाही, तुझा निर्णय मला अजिबात पटलेला नाही. तू माझ्याशी लग्न करणार आहेस ना? मग हा काय अविचार. काय झालं काय आहे तुला. तुझ्या बाबांचे काय आणि इतरांचे काय, पाप हे पापच. यापेक्षा तुम्ही चाळीसगाव सोडून पुण्याला निघून गेलात, तर एवढ्या मोठ्या शहरात कुणाला माहीत असणार आहे हे प्रकरण? एकुलता एक आहेस. मुलीच्या लग्नाची चिंता नाही तुझ्या बाबांना. मी लग्न करायला तयार आहे तुझ्याशी म्हणजे तोही प्रश्न मिटला.''

तो म्हणाला, ''म्हणजे तू सहमत नाहीस माझ्याशी. ठीक आहे. मग मी बघतो काय करायचे; पण आता तुझे माझे लग्न शक्य नाही. आपण मित्र राहू चांगले,'' असे म्हणत तो रागाने निघून गेला.

जवळपास १५-२० दिवस उलटून गेले होते. एक दिवस त्याचा फोन आला. तो फोन वर सांगत होता की, त्याने त्याच्या बाबांना आणि ती मुलगी मेघाला हॉस्पिटलला बोलावून घेतले, तिघे केबिनमध्ये होते. प्रशांत तिला म्हणाला की, मेघा तुला मराठी येते ना?

'हो मी शर्मा असले तरी माझी आई माहेरून शोभा पाठक आहे इंदौरची. माझ्या आई-बाबांचा प्रेमविवाह.' मेघा म्हणाली.

'अच्छा, मग मी सांगतो ते ऐक. नाना तुला स्वीकारणे शक्य नाही हे तू जाणतेस आणि तुला माहीत आहे, त्यांचे वय ५८ आहे. तुला पूर्ण आयुष्य पडले आहे.'

'हो पण तू abortion सुचविणार असशील, तर मी तयार नाही. मी लग्न करणार नाही किंवा ज्याच्याशी करेन त्याला सांगीन की, तुला या बाळासोबत मला स्वीकारावे लागेल,' मेघा.

'अच्छा मग ऐक. मी तयार आहे तुला या बाळासोबत स्वीकारायला.'

'तू नाही, तू कशाला आपले आयुष्य बरबाद करतो आहेस,' प्रशांतचे बाबा डॉ. सरपोतदारसर म्हणाले.

'नाना, तुमचे चारित्र्य मला प्राणाहून प्रिय आहे; पण मेघा तू करशील माझ्याशी लग्न?'

'मी? माझ्या पोटात तुझ्या बाबांचे बाळ आहे. तुला चालेल का हे? तुला संकोच होणार नाही?'

'हो ना, प्रशांत,' डॉ. सरपोतदार सर म्हणाले.

'मी निर्णय घेतला आहे नाना. आपल्या घराण्याचा वंशज घरातच राहील. तुमचीही बदनामी नको आणि हिचीही नको. नाना, तुम्ही उद्याच यायला सांगा हिच्या आई-बाबांना.जास्त प्रॉब्लेम होण्याआधी उरकून टाकू.'

तेव्हा मेघा एकदम उठून उभी झाली आणि म्हणाली, 'तुम्ही पुरुष स्वतःला काय समजता? जे काही घडले त्याबद्दल तुझ्या बाबांना मी काही दोष देत नाही; पण सगळे झाल्यानंतर मी त्यांना सांगितले की, मी तुमच्या मुलाची आई होणार आहे, तर पहिली प्रतिक्रिया ही की, माझा निर्णय सांगतो तू abort कर. का? का सांगता तुम्ही abort करायला. त्याआधी मला एकदा विचारा ना, मला काय हवं आहे ते. आता तूदेखील मी ठरविलं आहे म्हणतोस. कोण आहेस तू माझ्या आयुष्याचा निर्णय घेणारा? काय आहे तुझे माझे नाते की, तू निर्णय घेणार आहेस. माझ्यात आणि तुझ्या बाबांमध्ये जे झालंय, त्या नात्याने तू माझा मुलगा आहेस. हे विसरतोस तू. हा तुमचा पुरुषी अहंकार, तुम्हाला लखलाभ होवो. मी माझा निर्णय ठरविला आहे. बाळाचे काय करायचे आहे, हे मी ठरवीन.ते माझे बाळ आहे आणि मुख्य म्हणजे ते सध्या माझ्या पोटात आहे, माझ्या शरीरात आहे. याचा निर्णय घेण्याचा तुम्हाला काहीही अधिकार नाही. तुमची बदनामी वगैरे मी करणार नाही. कारण, त्यात माझीही बदनामी होईल, हे मला माहीत आहे आणि मुख्य म्हणजे मी इतकी नीच आणि हलकट नाहीये. येते मी.' थोड्या वेळाने मी तिच्या रूमवर गेलो, तर ती घर सोडून निघून गेली होती.

तो पुढे मला म्हणाला की, राजश्री तू, तू करशील ना माझ्याशी लग्न. तेव्हा मी त्याला म्हटले की, एवढे काही सांगितलेस, त्यावरून तुला कसे वाटले की, मी तुला स्वीकारेन, इतक्या अहंकारी माणसाशी मी लग्न करीन. मी म्हणजे काही घर किंवा कार नाही की, मनात आलं की वापरलं, मनात वाटलं की सोडून दिलं. हाडा-मांसाची जिवंत स्त्री आहे मी. तुझ्या बाबांनी जे केले, ते तू मागे पुण्याला विचारायला आला होतास, तेव्हा स्वीकारायला तयार होते मी. कारण, आपल्या दोघांचं प्रेम होतं; पण ते इतक्या वर्षांचं प्रेम तू एका मिनिटांत झिडकारलंस. मग आता हे मी का स्वीकारू. सांग ना? आता माझं ऐक, माझा निर्णय झाला आहे. माझं लग्नही ठरलं आहे. ठेवते मी फोन.

असे आहे काका, काकू आणि राजा. अहो म्हणून झालं नाही माझं अन् त्याचं लग्न. जे झालं ते एक प्रकारे बरंच झालं; पण राजा तुझी अजून कुणी मैत्रीण नाही म्हणून बावळट वगैरे वाटून घेऊ नकोस. काका, काकू खूप वर्षांची मैत्री असली की, माणसं समजून घेता येतात असं नाही. शेवटी एकत्र सहवास आला ना की, माणसं समजून घेता येतात हेच खरं आहे.''

गुंता

रवी नुकताच औरंगाबादहून मासूळकर कॉलनीतील आपल्या घरी पोहोचला. त्याने आपली कार गॅरेजमध्ये लावली आणि दाराचे कुलूप काढून आत आला. संध्याकाळचे ७.३० वाजले होते. आधी घरातले दिवे लावले. बाहेरचा लाइटही सुरू केला. हात-पाय धुऊन हॉलमध्ये येऊन बसला. तेवढ्यात त्याला आठवले. आज देवघरात नंदादीप आपल्यालाच लावायला हवा. कारण, त्याची बायको रिया आणि मुलगी प्रियंका मुंबईला, तिच्या माहेरी गेली होती.

रवी गेल्या आठवड्याभर, त्याचा सहकारी अमित राठी सोबत एका बँकेचे स्टॅट्यूटरी ऑडिट करायला गेला होता. देशपांडे राठी अँड कंपनी या कंपनीत दोघेही भागीदार होते. एप्रिलचा पहिला पंधरवडा; पण पुण्यातदेखील या वर्षी कमालीचे गरम होत होते. तो आठवड्याभर बाहेर असल्याने आणि प्रियंकाच्या शाळेला सुट्टी लागल्याने रिया माहेरी गेली होती. त्याने त्याचा सहकारी अमित, जो खराडीला राहायचा, त्याला तिथे ड्रॉप केले आणि सरळ घरी आला. बाहेर कुठे जेवायची इच्छा नव्हती. कारण, ७-८ दिवसांपासून हॉटेलच्या जेवणाने तो कंटाळला होता. थोड्या वेळ न्यूज पाहिल्यावर तो किचनमध्ये शिरला. दाल-खिचडी त्याला चांगली जमत असे. दाल-खिचडी गॅसवर ठेवून, तो बाहेरच्या गेटपाशी आला. गेटला लावलेल्या पोस्ट बॉक्समध्ये, बरेच काही पोस्ट आलेले दिसले. ते घेऊन तो आत आला. तेवढ्या वेळात कुकरची तीन वेळा शिट्टी वाजल्याचे त्याने ऐकले होते म्हणून गॅस बंद केला.

पुन्हा तो हॉलमध्ये येऊन एक एक पत्र पाहू लागला. काही विशेष दिसत नव्हते. इन्कमटॅक्स डिपार्टमेंटच्या काही clientsच्या केसेससंबंधी नोटीसेस होत्या आणि एक दोन अशीच काही पत्रे होती. प्रॉजेक्शन वगैरे बनवून देण्यासंबंधातली.

एक मोठे पाकीट होते; पण त्यावर रियाचे नाव होते. रियादेखील एका कॉलेजमध्ये लेक्चरर होती, त्यामुळे तिच्या नावानेदेखील पत्रे येत. तिची पाकिटे तो सहसा उघडून पाहत नसे. ते त्याच्या एथिक्समध्ये बसत नव्हते. त्याने ते पाकीट उघडून न पाहता टिपॉयच्या खाली ठेवून दिले.

कुकरचे झाकण पडल्याचा आवाज आला म्हणून तो किचनमध्ये गेला. कुकर झाला होता. त्याने ताटात खिचडी वाढली. रवीला त्यात साजूक तूप फार आवडत असे म्हणून त्याने तूप वाढले. आज रिया नसल्याने त्याने भरपूर तूप वाढून घेतले होते. एका बाजूला आंब्याचे लोणचे वाढून, एका हातात ताट आणि एका हातात पाण्याची बाटली घेऊन, तो हॉलच्या डाव्या भागात असलेल्या डायनिंग टेबलवर येऊन बसला. तिथून त्याला टी.व्ही. दिसत असे. टी.व्ही. असाच ठेवला होता की, जेवतानादेखील पाहता येईल.

त्याचे जेवण आटोपले. त्याला झोप काही येत नव्हती. बाहेर वातावरणही ढगाळ असल्याने जरा जास्तच गरम होत होते. आता बाहेर पावसाची रिपरिप चालू झाली.थोड्याच वेळात पावसाचा जोर वाढला. विजांचे चमकणे आणि गडगडाट चालू झाला.त्याला त्याची मुलगी प्रियंकाची खूप आठवण आली. ८ वर्षांची होती ती. विजांचे चमकणे आणि गडगडाट यांना खूप घाबरत असे. तो तिच्या आठवणीने स्वतःशीच हसला. त्याने रियाला कॉल करण्यासाठी टेबलवरून मोबाईल उचलला. तेवढ्यात जोराने वीज चमकली आणि गडगडाट झाला. नेहमीप्रमाणे दिव्यांनी आपले डोळे बंद केले होते. लाइट गेले होते.Invertor होते; पण ते आपोआप सुरू होत नसे. सुरू करावे लागत असे.

त्याने मोबाईलचा टॉर्च लावला. एव्हाना देवघरातला नंदादीप विझला होता.त्याने विचार केला लाइट रात्रभर आले नाहीत, तर प्रॉब्लेम नको म्हणून Invertor सुरू न करता, त्याने देवघरातला नंदादीप लावला आणि हॉलच्या १–२ खिडक्या उघडल्या. पाऊस येऊन गेला असल्याने खिडक्यातून थंड हवा येत होती. त्याने फोनवर रिया आणि प्रियंकाशी बोलून घेतले. रात्रीचे दहा वाजले होते. त्याने विचार केला की, आता बेडरूममध्ये जाऊ या. असा अवकाळी पाऊस उन्हाळ्यात येऊन गेल्यावर तात्पुरते बरे वाटते; पण नंतर गरम व्हायला लागते म्हणून त्याने बरमुडा आणि टीशर्ट असा ड्रेस घातला.

तो बेडरूममध्ये शिरणार इतक्यात घरासमोर ऑटोरिक्षा थांबल्याचा आवाज आला आणि लगोलग त्याच्या घराचे लोखंडी गेट उघडल्याचा आवाज आला. त्याला वाटले की, इतक्या रात्री कोण असेल? त्याने कोपऱ्यात ठेवलेला टॉर्च घेतला आणि समोरचे दार उघडले. टॉर्च समोरून येणाऱ्या व्यक्तीवर रोखला तर त्याच्या देशपांडे राठी अँड कंपनीत काम करणारी नम्रता धावत धावत आत आली. ती थोडी फार भिजली होती; पण तरी तिने तशा अवस्थेत रवीला घट्ट मिठी मारली.

ती घाबरत घाबरत म्हणत होती, ''सर सर मला वाचवा. सर तो माझा जीव घेईल
सर.'' रवीने तिला आपल्यापासून दूर केले. ''बरं आत चल, घाबरू नकोस. मला
सविस्तर सांग बरे, काय झाले ते. तुझे कपडे ओले आहेत. त्या स्टीलच्या खुर्चीवर
बस मी invertor लावतो,'' असे म्हणत रवीने तिला समजावले आणि स्टीलच्या
खुर्चीजवळ पोहोचवले.

तो आतल्या खोलीत आला. Invertor तिथे होते. बेडरूममध्ये जाऊन ड्रेस
चेंज केला. बरमुडाच्या जागी पायजमा चढविला. Invertor सुरू करून जिथे नको
होते, तिथले दिवे बंद केले आणि तो बाहेर आला. त्याने नम्रताला विचारले की,
काय झाले तुला? का घाबरली होतीस एवढी? आता सांग; पण एवढ्यात त्याला
जाणवले की, ती थंडीने कुडकुडते आहे. तो तिला म्हणाला, ''तुला थंडी वाजते
आहे. मी तुला रियाचा वॉर्ड रोब दाखवितो. तुला पाहिजे ते कपडे काढून घे. तिकडे
माझ्या मुलीची रूम आहे.तिथे जाऊन बदलून घे.''

तिने रियाचे अगदी साधे दिसणारे कपडे निवडले आणि थोड्याच वेळात कपडे
बदलून बाहेर आली. ''थँक यू, सर.''

''अरे एवढ्या साठी थँक यू काय म्हणते आहेस. चहा करू का?''

''नको सर, मी चहा पित नाही,'' असे म्हणत, ती रवीच्या बाजूला सोफ्यावर
येऊन बसली आणि सांगू लागली.

''सर आधी माफी मागते तुमची, अशा रात्रीच्या वेळी तुम्हाला त्रास दिला.
मला माहीत नव्हते सर की, मॅडम नाहीत म्हणून. सर, आणखी एक गोष्ट आज
तब्येत ठीक नव्हती म्हणून तुमच्या परवानगीशिवाय सुट्टी घेतली.''

''इट्स ओके.''

''तू एवढ्या घाबरलेल्या अवस्थेत घर सोडून का आलीस? काय झाले
असे.''

''सांगते सर, नरेश माझा नवरा रोजच्याप्रमाणे आजही उशिरा घरी आला. तो
खूप दारू प्यायला होता. तशी तो रोजच पितो; पण आज जरा जास्तच प्यायला
होता. तो आला त्या वेळेस पाऊस येऊन गेला होता आणि लाइटही गेलेले होते. मी
दरवाजा उघडताच, तो माझ्या मागे धावला. तुझा आज खूनच करणार म्हणत होता.
अचानक वीज चमकली आणि त्याच्या हातात असलेल्या सुऱ्याचे पाते लखलखलेले
मला दिसले. मी आधी आत धावत गेले आणि मग लपत लपत त्याला न दिसता
दारापाशी आले. दारातून बाहेर बघितले की, आसपास मदतीसाठी कुणी मिळते
का म्हणून; पण अंधारात कुणीच दिसले नाही. मग सरळ धावत सुटले ती इथेच
आले. संध्याकाळी बाजारात जाऊन आल्याने पैसे ड्रेसला असलेल्या पाकिटात होते,
त्यामुळे ऑटोने येता आले. नाही तर दिघीहून इथे कसे आले असते.''

''अच्छा म्हणजे तुझा नवरा तुला मारायला आला आणि म्हणून तू बाहेर पडलीस.आता मला सांग, आपण पोलिसांना तक्रार करायची का? मी लगेच गाडी काढतो.''

''नको सर, लगेच पोलीस नको. त्याची दारू उतरली की, तो खूप चांगला वागतो.''

''पण आज तो तुझ्या जीव घ्यायला का निघाला मग?''

''सांगते सर, पाच वर्षे झालीत आमच्या लग्नाला, अजून मूल काही झालं नाही.त्यांच्या डोक्यात कुणी तरी भरविले आहे की माझ्यातच दोष आहे.''

''हो; पण मूल होत नाही म्हणून कुणी जीव घ्यायला धावत नाही. काही दुसरे कारण असावे, मला वाटते.''

''आता काय सांगू सर. दारू पिऊन आले की, खूप रग असते यांच्या अंगात. मला आणि यांनाही वाटते की, मी कमी पडते. त्यात ऑडिटच्या निमित्ताने पुण्यात दूर जावे लागले की, आपल्या ऑफिसमध्ये सागर आहे ना? तो मोशीला राहतो. त्याच्या सोबत त्याच्या मोटरसायकलवर बऱ्याचदा येते मी. पुण्यातून मोशीला तो दिघीतूनच जातो नेहमी. माझ्यासाठी वाट वाकडी वगैरे करून जात नाही. त्याच्यावर यांना संशय आहे.''

''तेच म्हटले की, काही दुसरे कारण जरूर असणार. ठीक आहे. तू आता तिकडे प्रियंकाच्या रूममध्ये झोप. काळजी करू नकोस. उद्या सकाळी आपण तुझ्या घरी जाऊ. तुझ्या नवऱ्याला मी समजावतो. बघू या ऐकतो का.''

रवी बेडरूम गेला आणि त्याने दार आतून पक्क लावून घेतले. त्याच्या मनात विचार आला, कुणाचा काय नेम, तिच्या काही भलते सलते मनात आले, तर रियाही आज घरी नाही. मग रियाला फोन लावून तिला सारेच सांगितले. तेव्हा ती म्हणाली की, बरे झाले मला सांगितले. कुणाला संशय यायला नको, याची फक्त काळजी घ्या. रवीला बराच वेळ झोप आली नाही. रियाने म्हटल्यावर त्याला काळजी वाटू लागली की, उद्या हिचा नवरा आपल्यावर ही संशय घ्यायचा की, याची बायको नसताना याने का ठेवून घेतले हिला.

रात्री लवकर झोप न लागल्याने त्याला जाग उशिरा आली. तो आठ वाजता उठला.स्नान वगैरे आटोपूनच तो बाहेर आला. नम्रता उठली होती; पण रूमच्या बाहेर आली नव्हती. रवीने चहा गॅसवर ठेवला आणि नम्रताला हाक मारली. नम्रताचे कपडे वाळले होते, त्यामुळे ती तिचे स्वतःचे कपडे घालूनच बाहेर आली.

इकडे नम्रताच्या सोसायटीत गोंधळ झाला होता. त्यांच्या फ्लॅटचा दरवाजा सकाळी सकाळी पूर्ण उघडा होता; पण घरात हालचाल काहीच दिसत नव्हती. काळजी वाटल्याने सोसायटीचे सेक्रेटरी राणे काका वॉचमनला जाऊन विचारून आले

की, नरेशला वा नम्रताला कुणी बाहेर जाताना बघितले का? काहीच उत्तर मिळाले नाही. त्यांनी फ्लॅटच्या दरवाजापाशी जाऊन जोरजोराने नरेश आणि नम्रताच्या नावाने हाका मारून बघितल्या; पण काहीच उत्तर न आल्याने वॉचमनला पोलीस स्टेशनला जाऊन, तक्रार दाखल करण्यास सांगितले.

जवळपास एक-दीड तासाने पोलिसांची गाडी आली. पोलीस आत शिरले. त्यांनी कुणालाही आत न येण्यास सांगितले होते, त्यामुळे कुणीही आत गेले नव्हते. पोलीस आत शिरले तर त्यांना हॉलच्या मधोमध नरेशचा मृतदेह रक्ताने माखलेला जमिनीवर पडलेला दिसला. त्यांनी बाहेर येऊन विचारले आणखी कुणी राहते का इथे, तेव्हा राणे काकांनी नम्रता नरेशची बायकोही इथे राहत असल्याबद्दल सांगितले. पोलिसांनी प्रत्येक खोलीत शिरून पाहिले. घरात कुणीच नव्हते.

पोलिसांनी पंचनामा करणाऱ्या टीमला बोलावून घेतले. हे सारे होत असताना रवी नम्रताला घेऊन तिथे पोहोचला. तिच्या फ्लॅटपाशी खूप गर्दी बघून नम्रता घाबरली. राणे काकांजवळ जात ती म्हणाली, ‘‘राणे काका, काय झाले आहे?’’ राणे काकांनी तिच्याकडे बघितले आणि म्हणाले, ‘‘पण तू कुठे होतीस?’’ ‘‘मी सरांच्या घरी होते.’’ ‘‘इथे तुझ्या नवऱ्याचा खून झाला आहे आणि तुला माहीत नाही.’’ असे त्यांचे बोलणे सुरू असताना पोलीस इन्स्पेक्टर जाधवचे लक्ष त्या दोघांकडे गेले. त्यांनी विचारले, ‘‘कोण या?’’ राणे काका म्हणाले ‘‘हीच आहे साहेब, मृतकाची बायको नम्रता.’’

‘‘अच्छा काल रात्री कुठे होत्या या?’’ इन्स्पेक्टर जाधव.

‘‘मी सरांच्या घरी होते. ’’

‘‘कोण सर? तुमचा नवरा घरी असताना तुम्ही तिथे कशाला गेल्या होत्या? कोण सर? काय नाव त्यांचे?’’ इन्स्पेक्टर जाधव.

हे सर्व ऐकून रवी पुढे आला आणि म्हणाला, ‘‘मी रवी देशपांडे, देशपांडे अँड राठी कंपनी या चार्टर्ड अकाऊंटंट कंपनीचा पार्टनर. ही काल रात्री आली माझ्या घरी,’’ असे म्हणत रवीने पोलिसांना जे घडले ते सारे सांगितले. इन्स्पेक्टर जाधव रवीकडे पाहत म्हणाले, ‘‘वा छान स्टोरी तयार केली आहे. किती दिवसांपासून चालू आहे हे.’’

त्यांचे म्हणणे मध्येच तोडत नम्रता म्हणाली, ‘‘साहेब काय बोलता हे असे. एकदम सज्जन आहेत देशपांडे साहेब.’’

‘‘मग रात्री तक्रार का नाही केली आमच्याकडे, domestic violence ची.’’

‘‘साहेब, देशपांडे सर म्हणाले मला की, पोलिसांकडे जाऊ म्हणून; पण मीच नाही म्हटले. कारण, नरेश असे नेहमीच करीत असे; पण काल पहिल्यांदा तो चाकू/सुरा घेऊन आला, त्यामुळे मी घाबरले म्हणून मी सरांच्या घरी गेले.’’

''अच्छा म्हणजे नवऱ्याचा खून करून प्रियकराकडे गेलात आणि आता साळसूदपणे आलात, तेही त्यालाच घेऊन काय झाले ते पाहायला.''

रवी देशपांडेनी तोपर्यंत आपला वकील मित्र विजय मंत्रीला बोलावून घेतले होते. रवीवर होत असलेले आरोप ऐकून विजय मंत्री म्हणाले, ''इन्स्पेक्टर जाधव साहेब, मी advocate विजय मंत्री. तुम्ही एका सभ्य व्यक्तीवर नको ते आरोप करीत आहात.''

''मंत्री साहेब, मी प्राथमिक चौकशी करतो आहे. आरोप करीत नाही. कारण, काल रात्रभर नम्रता यांच्याकडे होत्या म्हणून विचारले. त्यात भर म्हणून हिचा नवरा इथे मरून पडला आहे.''

''खरे आहे तुमचे म्हणणे; पण एक गोष्ट लक्षात घेता का की, यांनी काही केले असते, तर हे दोघे एकत्र इथे आले असते का, तुमच्या जाळ्यात अलगद अडकायला.तुम्ही यांचा जबाब नोंदवून घ्या आणि रवी देशपांडेना मोकळे करा,'' Advocate मंत्री.

मग इन्स्पेक्टर जाधव म्हणाले, ''ठीक आहे या दोघांचा जबाब नोंदवून घेतो; पण मी बोलवेन तेव्हा यावे लागेल दोघांनाही. पुढील तपासासाठी हे घर सध्या आम्ही ताब्यात ठेवतो. तपास पूर्ण झाला की, किल्ल्या तुमच्या ताब्यात देऊ. नम्रता ताईंची सोय तुम्हाला लावावी लागेल.''

''ठीक आहे जाधव साहेब. धन्यवाद.''

दोघांचाही जबाब नोंदवून घेतल्यावर पोलिसांनी त्या दोघांना जायची परवानगी दिली.सोसायटीतून बाहेर निघाल्यावर मंत्री वकिलांनी दोघांचा निरोप घेतला. नंतर नम्रता म्हणाली, ''सर मी माझी आई आणि काका साताऱ्याला असतात तिथे जाते.''

''नाही, तुला पुणे सोडून जाता येणार नाही,'' रवी.

''मग मी कुठे जाऊ सर,'' नम्रता.

''तुझे घर ताब्यात येईपर्यंत माझ्या घरी चल. रिया घरी पोहोचली असेल. तिला सकाळीच फोन करून बोलावून घेतले होते.''

''पण सर तुमच्यावर एवढे आरोप केलेत, तरी तुम्ही तुमच्या घरी चला म्हणताय,'' नम्रता.

''मग तू कुठे जाणार आहेस मुली. तू माझ्याकडे नोकरीला आहेस, तर तुझी जबाबदारी माझ्यावर आहे. चल बस कारमध्ये.''

मग दोघेही कारमध्ये बसले आणि घरी पोहोचले. रिया आणि प्रियंका घरी येऊन पोहोचले होते. रियाने दार उघडले. ''या. ये नम्रता. काय आटोपले सगळे?''

''हो, आता बॉडी पोस्ट मार्टमसाठी घेऊन जातील आणि त्या नंतर आपल्याला जावे लागेल. बघू या, काय होते,'' रवी.

रियाने स्वयंपाक तयार ठेवला होता. चौघेही जण जेवले. रवी बऱ्याच दिवसांत ऑफिसला गेला नव्हता, तो ऑफिसला निघून गेला. नम्रता डायनिंग हॉलमध्ये बसली होती. रिया तिला म्हणाली, ''नम्रता, तू तुझे कपडे आणले नसतील, तर काळजी करू नकोस, माझे आहेत. ते वापर सध्या.''

''थँक यू वहिनी,'' नम्रता.

मग रिया प्रियंकाला म्हणाली, ''आज तू मावशीला झोपू देणार ना तुझ्या खोलीत.''

''हो आई; पण तू आणि बाबा, कुठे झोपणार आज?'' प्रियंका.

''तू आमच्या बेडरूममध्ये झोप, आम्ही दोघे आपल्या फर्स्ट फ्लोअरवर बेडरूम आहे ना. तिथे झोपणार आहोत.''

नम्रताला प्रियंकाच्या रूममध्ये सोडून, त्या दोघी रियाच्या बेडरूममध्ये निघून गेल्या. रिया आणि प्रियंका मुंबईहून सकाळी लवकर निघून आल्यामुळे आणि जे काही रात्री घडले, त्यात रात्री झोप झाली नव्हती, त्यामुळे नम्रताला गाढ झोप लागली. त्या तिघीही संध्याकाळचे ६.३० वाजले तरी उठल्या नव्हत्या.

इकडे रवी ऑफिसला आला, तर त्याला वेगळीच गोष्ट ऐकायला मिळाली. आदल्या दिवशी नम्रताचा नवरा ऑफिसला तिला शोधत शोधत आला होता. तिला खूप अर्वाच्य भाषेत शिवीगाळ करीत होता. रवी आणि अमित हे दोघे सोडले आणि नम्रता जी सुट्टी घेऊन घरी होती ती सोडली, तर बहुतेक सर्व कर्मचारी ऑफिसमध्ये होते. नम्रताचा नवरा खूप दारू पिऊन आल्याचे सागर म्हणून एक असिस्टंट होता. त्याने सांगितले, तसेच नरेश नम्रताचा खून करण्यासाठी मोठा चाकू घेऊन आल्याचेही त्याने सांगितले. बाकी विशेष घडले नव्हते. रवी घरी आला. इकडेतिकडे फिरून बघितले. तिघी झोपल्याचे पाहून, तो किचनमध्ये आला. खूप गरम होत होते म्हणून त्याने फ्रीजमधून थंड पाण्याची बाटली काढली आणि तो ग्लासमध्ये पाणी ओतून ते प्यायला लागला. एवढ्यात त्याला पाठीमागून कुणीतरी मिठी मारली अन् ती व्यक्ती म्हणाली, ''सर नरेश गेला हो, माझा. आता मी काय करू सर?'' रवीने स्वतःची तिच्यापासून सुटका करून घेतली आणि तो तिला म्हणाला, ''बघू या, काय करायचे ते. आधी केसचा निपटारा लागू दे.''

''ठीक आहे सर, तुम्ही म्हणाल तसे.''

रियाला आता जाग आली होती. ती बेडरूममधून बाहेर येईपर्यंत रवी आणि नम्रता हॉलमध्ये आले. रवीला पाहताच रिया म्हणाली, ''अरे तू केव्हा आलास, मला उठविले नाहीस.''

''अगं आत्ताच आलो. खूप तहान लागली होती म्हणून म्हटले थोडं थंड पाणी प्यावे. एवढ्यात नम्रता उठून बाहेर आली. माझे कपडेदेखील बदलायचे आहेत बघ

अजून. चल मी चेंज करून येतो. तुम्ही बसा गप्पा मारीत,'' रवी म्हणाला. तसे ''तू ये चेंज करून तोपर्यंत मी चहा करते.''

नम्रता विचार करीत बसली होती की, अवघ्या २४ तासांत तिच्या संसाराचे होत्याचे नव्हते झाले होते. तिचा नवरा दारू पित असे; पण कधी जीव घ्यायचा तो प्रयत्न करेल असे तिला वाटले नव्हते. असे बऱ्याचदा झाले होते की, तो दारू पिऊन घरी आला. तो शिव्याशाप देत असे; पण त्याने मारहाण वगैरे कधी केली नव्हती. त्याने मेकॅनिकलचा डिप्लोमा केला होता. नम्रताला नोकरी करण्यास त्याने कधी मनाई केली नाही. कधी कधी मात्र तिला ऑडिटसाठी पुण्याच्या दूरदूरच्या भागात जावे लागे, तेव्हा ती सागरकडून लिफ्ट घेत असे. या गोष्टीवरून त्याची जरा चिडचिड व्हायची; पण तिच्यावर त्याने कधी शंका वगैरे घेतली नव्हती आणि सागर सोबत येण्यास मनाईदेखील केली नव्हती. कुणी केला असेल त्याचा खून, कोण असेल तो खुनी. इतक्यात तिची नजर मगाशी आलेल्या त्या जाडजूड पाकिटावर गेली. ते पाकीट थोडे फुटले होते आणि त्यातून एक फोटो बाहेर डोकावत होता. तिने तो फोटो ओढून बाहेर काढला, तर तो तिचा आणि तिच्या रवी सरांचा होता, तरी तिने सगळे फोटो बाहेर काढले. विशेष असे काही फोटोत नसले तरी रवीशी हात मिळविताना, रवी तिला शाबासकी देताना, तिच्या खांद्यावर हात ठेवून उभा असताना असे फोटो होते. तिने ते लगेच आपल्या ओढणीत बांधले आणि ती विचार करत होती की, कुणाचा असेल हा बदमाशपणा.

ती विचारात असताना रिया तिथे आली. ''काय गं सर नाहीत आले अजून.'' ''नाही मॅडम,'' नम्रता म्हणाली. तसे रिया म्हणाली, ''मॅडम वगैरे नको म्हणूस गं. वहिनी म्हण, चालेल मला.'' रियाने ओळखले रवी अजून आला नाही म्हणजे स्नान करायला गेला असावा. थोड्याच वेळात रवी आला आणि त्याच्या सोबत प्रियंकाही. मग रवीने प्रियंकास विचारले, ''काय गं पियू कशी झाली तुझी मुंबई ट्रीप.'' ''खूप छान झाली बाबा; पण लवकर यावे लागले ना.'' ''हो ते खरे आहे; पण तुझ्या मावशीचा प्रॉब्लेम झाला ना बेटा.'' त्याने मावशी म्हटल्यावर रियाने हसून त्याच्याकडे पाहिले आणि म्हणाली, ''अहो आत्ताच नम्रता मला मॅडम म्हणत होती म्हणून मी तिला वहिनी म्हण म्हटले. तुम्ही तर एकदम नातेच बदलले.'' ''काही हरकत नाही. आत्या म्हण. नो इश्यू.'' मग रवी, रिया आणि प्रियंका तिघेही हसले.

रात्रीचं जेवण झालं होतं. एवढ्यात पोलिसांची गाडी घरासमोर थांबल्याचा आवाज आला. इन्स्पेक्टर जाधव फाटक उघडून आत आले, ''सॉरी, देशपांडे साहेब. तुम्हाला रात्री त्रास द्यायला आलो. आमची डेडबॉडी संबंधीची कारवाई पूर्ण झाली. त्याच्या नातेवाइकांना कळविले का तुम्ही?''

''हो कळविले. ते तिकडे गडचिरोलीजवळ आलापल्ली नावाचे गाव आहे तिथे राहतात. उद्या सकाळपर्यंत पोहोचतो म्हणालेत.''

''ठीक आहे. मग ते तुमच्या घरी येणार आहेत का? मला वाटते तुमच्या घरी नको.आमचा घराचा पंचनामा घेऊन झाला आहे,'' असे म्हणत त्यांनी ''नामदेव ती किल्ली आण बघू,'' असे म्हणत पोलिसाला ती किल्ली रवीला देण्यास सांगितले. ''या मग उद्या सकाळी, भेटू'' असे म्हणत इन्स्पेक्टर जाधव निघून गेले.

नरेशची डेडबॉडी हे शब्द ऐकून नम्रता रडायला लागली. रवी आणि रिया यांनी तिला समजावण्याचा प्रयत्न केला. ''पाणी आणू का तुला,'' असे म्हणत रिया आत गेली. तिने पाणी आणले. थोड्या वेळाने ती शांत झाली. मग ठरल्याप्रमाणे नम्रताला प्रियंकाची खोली, प्रियंकाला रवी-रियाची खोली आणि रवी-रियाने वरच्या खोलीत जायचे ठरले; पण प्रियंका रडायला लागली. पोलीस आल्यामुळे तिला भीती वाटत होती. तिने रिया सोबत झोपायचा आग्रह केला म्हणून रवीने एकट्यानेच वरच्या खोलीत जायचे ठरविले.

सगळे आपआपल्या रूममध्ये गेले. नम्रताही आपल्या बेडमध्ये आली आणि तिने एक एक करीत ते मघा मिळालेले फोटो फाडून टाकले. आपल्या आयुष्याची तर वाट लागली आहे. रवी सरांसारख्या आणि रिया ताईंसारख्यांच्या संसाराची आपण काळजी घ्यायला हवी हा विचार तिच्या मनात येत होता. ते फोटो कुणी पाठवले असतील या विचारांनी नम्रताला झोप येत नव्हती. ती रूमच्या बाहेर आली. रात्रीचा एक वाजला होता. तिने बघितले रिया आणि प्रियंका झोपल्या आहेत; पण वरच्या खोलीचा लाइट चालू होता. ती वरच्या मजल्यावर गेली. खोलीचा दरवाजा उघडा होता. तिला दरवाज्यात बघताच रवी चपापला. त्याने मोबाईल हातात घेतला आणि रेकॉर्डिंगचे बटन ऑन केलं.

''नम्रता तू इथे? का आलीस तू इथे?''

''झोप येत नव्हती. वरचा लाइट सुरू दिसला म्हणून आले.''

''हे बघ नम्रता, मी इथे माझी मुलगी आणि बायको सोबत राहतो. तिला संशय वाटेल असे करू नकोस ना.''

''सर, तुमच्या बायकोनेच तर तुमचं आणि माझ भाऊ आणि बहिणीचे नाते जोडले आहे. त्या का संशय घेतील.''

''बरं बरं बोल काय म्हणायचे आहे तुला.''

''सर उद्या त्याचे क्रियाकर्म करायला माझ्याकडे पैसे नाहीत. उद्या सकाळी आई येईल. मला वडील नाहीत आणि भाऊ नाहीत. काय करू मी सर. आता तर नवरा नाही.''

''काळजी करू नकोस आपण सर्व व्यवस्थित करू. त्याचे आई-बाबाही येत आहेत.''

''ते काही मला घरी नाही नेणार सर. तेही खूप गरीब आहेत. दोन एकर शेती आहे.त्याच्यावर गुजराण चालते त्यांची. आम्ही पैसे पाठवायचो त्यांना आता कसे करणार? घराचे पाच लाख द्यायचे आहेत.''

''हे बघ, हे सगळे विचार करण्याची ही वेळ नाही. तुझ्या होम लोनची बँकेत जाऊन गॅरंटी मी घेतो. मग तर झाले.''

रवीचे म्हणणे ऐकून तिला खूप रडू यायला लागले आणि सोफ्यावर बसलेल्या रवीच्या गळ्यात पडून ती रडायला लागली. तेवढ्यात रवी अजून का झोपला नाही, हे पाहायला रिया वर आली. पाहते तो नम्रता रवीच्या गळ्यात पडलेली आणि रवी तिला दूर करायचा प्रयत्न करतोय.

रिया एकदम खेकसली, ''नम्रता दूर हो एकदम, यासाठी नाही तुला ठेवून घेतले इथे. एक दिवस नाही होत नवरा मरून तर,'' असे म्हणत तिने नम्रताला रवीपासून दूर खेचले. तसं नम्रता तिथून निघून गेली. रवीने रेकॉर्डिंग ऑफ केले आणि म्हणाला, ''रिया तुझा काही तरी गैरसमज होतो आहे. तू विचार करते तसे काही नाही.''

''काय तसे नाही. मी जे पाहिले ते खोटं आहे का?''

''नाही तू पाहिले ते खरे आहे; पण तू जो विचार करते तसे काही नाही.''

''मग कसे आहे?''

''असे आहे,'' म्हणत त्याने त्याचा लॅपटॉप सुरू होता. त्याला मोबाईल लिंक केला आणि व्हिडियो रेकॉर्डिंग सुरू केले. ते पाहिल्यावर रिया शांत झाली. ''सो सॉरी, रवी I am really sorry dear. बरं केलेस प्रसंगावधान राखून, तू व्हिडियो रेकॉर्डिंग केलेस, नाही तर तिचा संसार तर मोडलाच आहे; पण आपला संसार विनाकारण मोडला असता.''

''रिया मला माहीत आहे, तू संशयी नाहीस; पण तुम्हा बायकांचे सांगता येत नाही आणि उद्या तूच माझे हिचे काही अफेअर आहे म्हटले असते, तर पोलिसांनी मला धरला असता संशयित म्हणून.''

तिघेही हसले. रिया नम्रताला म्हणाली, ''नम्रता, माझा नवरा खरंच खूप चांगला आहे गं म्हणूनच कधी कधी गमावण्याची भीती वाटते. कुणी याच्या प्रेमात पडले तर आणि ती वाहावत गेली तर. हा साधा आहे. याला काही कळत नाही; पण तू तशी नाही आहेस हे कळले मला. तुझे सर्व काही व्यवस्थित सेट्टल होत नाही, तोपर्यंत तू माझ्याकडे राहा. ठीक आहे,'' असे म्हणत रियाने तिला घट्ट धरून खाली नेले आणि तिला झोप येईपर्यंत तिच्या सोबत तिच्या रूममध्ये बसून होती.

सकाळ झाली, तसे रवी आणि नम्रता तिच्या घरी गेले. घर खूपच खराब झाले होते.रडत रडत ती आवरत होती. रवी तिला धीर देत होता. तेवढ्यात सोसायटीचे

सेक्रेटरी राणे काका आले आणि म्हणाले, ''नम्रता, कशी आहेस मुली?'' मग स्वतःच म्हणाले, ''कशी असणार आहे. सौभाग्य गेले पोरीचे.''

''पोलिसांनी काही आजूबाजूला विचारणा केली का?'' रवीने विचारले, तेव्हा राणे काका म्हणाले, ''काही नाही. आजूबाजूच्या लोकांना नरेश कसा होता विचारले, कुणाशी भांडायचा का? नम्रताला कधी मारझोड करत असे का वगैरे; पण असे काहीच नव्हते हो.दारू प्यायचा; पण फॅक्टरीमध्ये काम करणारा कोण दारू पित नाही बरे?''

''म्हणजे खूनी कोण, हाच पत्ता नाही लागला वाटते अजून रवी.''

''हा; पण एक वेगळी गोष्ट त्यांच्या ध्यानात आलीय साहेब,'' राणे काका.

''ती कुठली?''

''आमचा वॉचमन गायब आहे त्या रात्रीपासून. त्याचा घरचा पत्ता घेऊन गेलेत. आणतो म्हणाले पकडून,'' राणे काका.

''पण तो कशाला खून करणार आहे?''

''हो ते पण खरे आहे; पण नेहमी सुट्टी हवी असली की, तो आधी सांगून जातो ना. या वेळेस न सांगताच पळाला आहे,'' राणे काका.

''बघू या काय होते ते. आम्ही आता नरेशचे आई-बाबा येत आहेत, त्यांना घेऊन येतो. मग बाकी सारे आटोपून घेतो. लक्ष ठेवा घराकडे आणि नवीन काही माहीत झाले, तर कळवा हे माझे कार्ड,'' असे राणे काकांना सांगत रवी आणि नम्रताने त्यांचा निरोप घेतला. नम्रताची आई आजारी असल्याचा फोन आला होता. सर्व विधी आटोपून नरेशचे आई-बाबा हॉटेलवर निघून गेले. त्यांचा पुतण्या सोबत आला होता. त्यानेच रूम बुक केल्या होत्या. त्या दोघांना नम्रताचे काय करणार विचारल्यावर ''आमचा मुलगा गिळला हिने. आता ही बघेल स्वतःचे काय करायचे,'' असे म्हणून हात झटकले. रवी नम्रताला आपल्या घरी घेऊन आला. १०-१२ दिवस ऑफिसला येऊ नको, घरीच राहा म्हणाला. तिला घरी सोडून तो ऑफिसला निघून गेला.

साधारण संध्याकाळी पाचची वेळ असेल. इन्स्पेक्टर जाधव आणि आणखी एक इन्स्पेक्टर गायकवाड नावाचे रवीच्या ऑफिसला आले. त्यांनी केबिनचे दार लावून घेण्यास सांगितले आणि थोड्या वेळ कुणाला आत येऊ देऊ नका असे सांगितले. केबिनमध्ये रवी आणि त्याचा पार्टनर अमित राठी असे दोघेच होते. इन्स्पेक्टर जाधवनी बोलायला सुरुवात केली. ''मिस्टर देशपांडे साहेब, तुमच्या ऑफिसमध्ये कुणी सागर भोजने आहे का?''

''हो आहे ना; पण त्याचे काय?'' रवी.

''आजूबाजूचे लोक सांगत होते की, त्याच्या तोंडून नेहमी या सागरचा उल्लेख असायचा म्हणजे जे नरेशचे अगदी जवळचे लोक आहेत, अर्थात पिणाऱ्याचे

निकटवर्ती कोण ते तुमच्या लक्षात आले असेल. त्यांनीच सांगितले की, त्याच्या नावाने, तिचा नवरा नेहमी शिमगा करीत असे. त्यांच्या घरात एक नम्रताचा फोटो आहे. त्या फोटोवर कुणाचे तरी बोटाचे ठसे आढळले आहेत. आम्हाला या सागरच्या बोटाचे ठसे घ्यायचे आहेत, असे प्लॅनिंग करू या, उद्या तुम्ही त्याला सोडून इतरांना बाहेर पाठवू शकाल का?''

''काय अमित, करता येईल असे?'' रवी.

''हो करता येईल. तीन-चार बँकांचे फोन आले होते. आज टीम पाठविता का?'' अमित.

''ठीक आहे, मग आजच सगळ्यांना काम वाटून देऊ. सागरला सांगू १-२ दिवसांत नम्रता येते आहे. मग एखाद्या मोठ्या बँकेचे ऑडिट तुम्ही दोघे करा. ठीक आहे जाधव साहेब. करू या असे.''

''ठीक आहे. त्या सोबत उद्या ३-४ ग्लास पाणी घेऊन यायला सांगा. तसेच दोन ग्लास आज ड्रॉवरला ठेवून घ्या. उद्या त्याने पाणी आणले की, आम्ही दोन ग्लास आमच्या ताब्यात घेऊ. ड्रॉवर मधले ग्लास तुम्ही बदलून टाका. हे त्याला संशय यायला नको म्हणून. कारण, त्याला संशय आला तर पकडणे कठीण जाईल,'' जाधव साहेब.

''ओके डन सर.''

मग ते दोघेही निघून गेले. रवी आणि अमितने एक मीटिंग घेऊन प्रत्येकाला बँक allot केली. सागरला ठरल्याप्रमाणे सांगितले. त्याची टीम नेहमी नम्रता सोबत असायची.त्यामुळे त्याला संशयदेखील आला नाही. रवी संध्याकाळी घरी आला. त्याने कुणालाही पत्ता लागू दिला नाही.

दुसऱ्या दिवशी ठरल्याप्रमाणे, इन्स्पेक्टर जाधव आणि टीम येऊन आपले काम करून गेले. वॉचमन अजून ताब्यात यायचा होता. एक दिवस मधे निघून गेला होता. रवी आणि अमित तसेच सारी टीम ऑफिसला असताना इन्स्पेक्टर जाधव आणि टीम आली. इन्स्पेक्टर जाधवांनी सागरचा अरेस्ट वॉरेंट दाखवला. सागरला केबिनमध्ये बोलावले. त्यालाही अरेस्ट वॉरेंट दाखवला. तो पाहूनच सागर रडायला लागला आणि म्हणू लागला की, मी काही केले नाही सर. मला का पकडत आहेत.

इन्स्पेक्टर जाधव त्याला म्हणाले, ''अरे पण आम्ही कुठे म्हणतो आहे की, तू काही केलेस. तुला चौकशीसाठी ताब्यात घेतोय.'' सागरला गाडीत टाकून पोलीस घेऊन गेले.जाताना त्या फ्रेमवरचे बोटांचे ठसे आणि ग्लासवरचे ठसे सारखे असल्याचे इन्स्पेक्टर जाधवांनी सांगितले. त्यांच्याकडून आधी हेदेखील कळले होते की, जो सुरा खुनासाठी वापरला होता. त्याच्यावर नरेशचे रक्त सापडले; पण बोटांचे ठसे सापडले नव्हते.

दुसऱ्या दिवशी पोलिसांनी सागरची कसून चौकशी केली. शेवटी त्याने नरेश मेला त्या वेळेस मी तिथे होतो; पण मी खून केला नाही. नरेशवर नम्रताचा जीव घ्यायचे भूत स्वार झाले होते म्हणून मी नरेश पाठोपाठ अंधाराचा फायदा घेऊन घरात शिरलो; पण मी त्याचा खून केला नाही हेच तो सांगत होता. मी नम्रताला तिच्या नवऱ्यापासून वाचवण्यासाठी तिथे गेलो होतो. नंतर नरेशची आणि माझी हातापाई झाली, हेही त्याने कबूल केले; पण मी खून केला नाही असेच तो सांगत होता. एवढ्यात पोलिसांची एक टीम वॉचमन सखारामला घेऊन आली.

मग त्याला विचारण्यात आले की, तू पळून का गेल्यास तर त्याने सांगितले की, जे काही घडले ते सारे काही मी पाहिले होते. पोलीस मला पकडतील म्हणून मी पळून गेलो. मग त्याला काय काय झाले ते विचारले. त्याने सांगायला सुरुवात केली.

''सर मी त्या दिवशी रात्रीच्या ड्यूटीला होतो. ८-८.३०च्या सुमारास लाइट गेले. आमची सोसायटी तशी लहान असल्याने जनरेटर वगैरे नाही. साधारणतः ९.४५च्या सुमारास नरेश आत आला. तो खूप पिऊन होता. सोसायटीत लाइट गेल्यामुळे बाहेर कुणीच नव्हते. फक्त मीच त्याला बघितले. त्याला विचारले की, क्यो नरेश दादा काय झाले, तर त्याने सुरा दाखविला. नवीन घेतला म्हणाला आणि बाई आहे का घरी विचारले. मला त्याचा इरादा काही चांगला वाटला नाही म्हणून मी आपल्या केबिनमधून काठी घेऊन निघालो. म्हटले, वापरायची वेळ आली तर हवी, तर नरेश दरवाजातून 'नम्रता बाहेर ये, बाहेर ये, आज तुला सोडणार नाही, तुझा शेवटचा दिवस,' असे काहीसे म्हणत आत शिरला. त्याच वेळेस वीज चमकली. तसे सुऱ्याचे पाते लखलखले. नम्रता ताईला कळले की, याच्या हातात सुरा आहे. त्या आत पळाल्या. मग लपत लपत बाहेर पडल्याचे मला दिसले; पण मग अजून एक आकृती दिसली म्हणून मी तिथे थांबलो. त्या व्यक्तीने तिथे असलेल्या फोटोला हातात घेतलेले पाहून, नरेश दादा त्या आकृतीकडे धावला. अंधारात जमिनीवर काय काय ठेवले आहे ते दिसत नव्हते. नरेश दादा धावला. ती व्यक्ती तिथून बाजूला झाली. तेवढ्यात नरेश दादा, कशाला तरी ठेचकाळून पडला आणि आऽऽऽ मेलो मेलो असे ओरडला. तेवढ्यात लाइट आले. पाहिले तर हा सागर, जो नम्रताताईला ड्यूटीवरून सोडायला येत असे मधून मधून, तो नरेशपासून ५ फूट उभा दिसला. नरेश दादा पडल्यामुळे सुरा त्याच्या छातीत खुपसला गेला. हा सागर दादा निर्दोष आहे साहेब.''

''पण सुऱ्यावर कुणाच्याच बोटांचे ठसे नाहीत हे कसे?'' इन्स्पेक्टर जाधव.

''साहेब, नरेशने पकडले जाऊ नये म्हणून हँड ग्लोव्ह्ज घातले होते.''

''नाही काही खोटे सांगता आहात तुम्ही?'' इन्स्पेक्टर जाधव.

''नाही सर, शपथ घेतो सर माझ्या बायकोची.''

''शामराव, बॉडीचे फोटो आणा,'' इन्स्पेक्टर जाधव.

इन्स्पेक्टर जाधवनी चेक केले. बॉडीच्या हातात हँड ग्लोव्ह्ज नव्हते; पण ते बाजूला पडल्याचे दिसले. त्यांनी सहकाऱ्यांना धमकावले असे कसे झाले. याची चौकशी होईलच.आता या दोघांना सोडून द्या.

सागर निर्दोष सुटून आल्यावर सरळ रवी देशपांडेना भेटायला गेला. ''सर, मी नम्रताला वाचवायला गेलो होतो; पण मीच फसलो.''

''पण एवढे का नम्रताविषयी सहानुभूती वाटायची तुला? ती विवाहित आहे हे माहीत असूनही,'' रवी.

''सर, सहवासाचे प्रेम होते ते; पण म्हणून काहीही करायचा विचार नव्हता आणि हेही माहित होते की, तिचे तिच्या नवऱ्यावर खूप प्रेम आहे. सर, मी नोकरी जॉइन करू शकतो? बरं झाले सर त्या वॉचमनमुळे सुटलो,'' सागर.

''तू सुटला नाहीस. मी अडकवणार आहे तुला.''

''नको ना सर, माझी पूर्ण फॅमिली माझ्यावर अवलंबून आहे.''

''हो पण मी अडकवणारच आहे तुला, का गं रिया?'' रवी.

''हो तुझे अन् नम्रताचे लग्न लाऊन देणार आहोत आम्ही. तुझे रवी सर, तिचे दादा म्हणून आणि मी वहिनी म्हणून लाऊन देणार आहोत. अर्थात तुझी इच्छा असल्यास.''

त्याने हो नाही काही म्हटले नाही; पण आई–बाबांना फोन करतो सर म्हणत लाजत लाजत निघून गेला.

थँक यू शरद

रत्ना रुग्णशय्येवर नव्हे मृत्युशय्येवर पडून होती. आज दिवाळी होती. दिव्यांचा झगमगाट करून अंधकाराला पळवून लावायचे. सर्व दुःख विसरून सुख उपभोगायचे. तिने दिवाळीच्या आठ दिवस आधीच श्रीकांतला आणि त्याची बायको शालिनीला बोलावून सांगितले. ती त्यांना म्हणाली, ''दादा, वहिनी हे बघा मी सत्य स्वीकारले आहे. पुढच्या दिवाळीला कदाचित मी नसेन; पण याचे दुःख करण्यापेक्षा, या दिवाळीला मी आहे ना याचा आनंद साजरा करू या. जन्मभर सर्वांच्या सुखात भागीदार झाले. या दिवाळीत माझ्या सुखात तुम्ही सामील व्हा. सगळ्या भावंडांना बोलावून घे. पैसे हवे असतील तर माझ्या अकाऊंटमधून काढून आणा. आता ते काय तुमचेच आहेत,'' असे म्हणून ती हसली.तिच्या हास्यातील कारुण्य पाहून श्रीकांत आणि शालिनी हेलावून गेले. ''नको, नको ना रत्ना, तू असं नको बोलूस. या वर्षी तर दिवाळी साजरी करूच; पण पुढच्या वर्षीही तू असणार आहेस. नेहमी पॉझिटिव्ह बोलणारी माझी बहीण आज का नकारात्मक विचार करते आहे?'' असे म्हणत डोळे पुसत पुसत श्रीकांत आणि शालिनी खोलीतून बाहेर आले.

रत्नाने आठ दिवस आधीच नानासाहेब ऊर्फ शरद म्हणजे तिच्या मिस्टरांना पत्र टाकून बोलावून घेतले होते. पत्रात तिने लिहिले होते की, पहिल्या दिवाळसणानंतर मी तुम्हाला कधीच ओवाळले नाही. तुम्हीही मला कधी बोलावले नाही आणि मीही येते म्हणून कधी हट्ट केला नाही; पण आज हट्ट करते. कारण, पुढच्या वर्षी मी कसे तुम्हाला बोलावणार? 'सहा महिने राहिलेत तुझ्याकडे रत्नाताई,' असे म्हणाले आहेत डॉक्टर. ती त्यांची सकाळपासून वाट पाहत होती; पण अजूनही नानासाहेब आले नव्हते. यवतमाळहून येणारी शेवटची बसही येऊन गेली होती आणि कारने तर ते येणार नाहीत. ती निराश झाली होती. आता या जन्मी भेट नाही. सगळीकडे

सामसुम झाल्यावर ती खूप खूप रडली. रात्री बराच वेळपर्यंत तिच्या खोलीचा लाइट चालू होता. रात्री श्रीकांत उठला, पाहतो तर तिच्या रूमचा लाइट सुरू होता. त्याने कानोसा घेतला. रत्नाला झोप लागली आहे, हे पाहून त्याने लाइट बंद केला.

दुसऱ्या दिवशी भाऊबीजेला सकाळीच रत्नाला भेटायला तिच्या सगळ्या बालमैत्रिणी कल्पना कल्ले, नीलिमा धनागरे, मालती देशपांडे, सुमन ओक, सुमित्रा जोशी हजर झाल्या होत्या. भाऊबीजेला त्या त्यांच्या भावाला ओवाळण्यासाठी आल्या होत्या. त्यांना रत्नाच्या तब्येतीबद्दल कळले होते, त्यामुळे त्या लगेच तिला भेटायला आल्या होत्या. नीलिमाने श्रीकांतला विचारले, ''दादा कुठे आहे रत्ना? आम्हाला भेटायचे आहे तिला.'' ''थांबा एक मिनिट मी बघतो हं. काल रात्री तिचा लाइट बऱ्याच वेळ सुरू होता.'' श्रीकांत तिच्या खोलीत गेला, तेव्हा ती झोपलेली दिसली. खरे तर ती डोळे मिटून शांत झोपली होती.श्रीकांतने बाहेर येऊन मैत्रिणींना सांगितले. ''ती झोपली आहे बहुतेक. बसा तुम्ही. तिला जाग आली की सांगतो तुम्हाला.'' त्या हॉलमध्ये बसल्या होत्या.

थोडा वेळ गेल्यावर त्या चुळबुळ करू लागल्या आणि मग त्यांचे एकमेकींशी बोलणे सुरू झाले.

''रत्नाचे फारच वाईट झाले बघ. आपल्या सगळ्यात ती हुशार तरीदेखील खूपच कमनशिबी ठरली,'' नीलिमा.

''हो ना गं. मला आठवते आहे. आधी ती आपल्या शाळेत नव्हती; पण ती नंतर आपल्या शाळेत आल्यावर, वादविवाद स्पर्धेतला आपला पहिला नंबर तिने शाळा सोडेपर्यंत सोडला नाही,'' कल्पना.

''खो-खोमध्ये तर नेहमी मीच तिचे टार्गेट ठरले होते,'' मालती.

''सुगम संगीताच्या स्पर्धेत तर नेहमी पहिले बक्षीस तिलाच मिळायचे. खूप असूया वाटायची; पण कधीही असे वाटले नाही की, हिला पहिला नंबर देताना, काही भेदभाव केला गेला आहे. तिचा पहिला नंबर खरोखर असायचा,'' सुमन.

''हो ना आणि अभ्यासातसुद्धा हीच पुढे, त्यामुळे शिक्षक भरतीच्या वेळेसही माझा नंबर लागलाच नाही, तिचाच लागला,'' सुमित्रा.

''एवढे सगळे गुण असूनदेखील ती अभागीच राहिली. लग्न झाले तेव्हा वाटले होते.हिने नशीब काढले; पण तिच्या दुर्दैवाचे दशावतार तिच्या लग्नासोबत जे सुरू झाले, ते तिच्या बरोबर संपणार असे दिसते आहे. बिचारी,'' कल्पना.

''हो ना सर्वोत्कृष्ट असूनदेखील असे. त्यापेक्षा कुठे तरी आपण बरे असे वाटते. सर्वच बाबतीत सामान्य बरे,'' मालती.

एवढ्यात श्रीकांत त्यांना बोलवायला बाहेर आला. ''झोपेतून उठली आहे ती. भेटा आता.''

‘‘या... बरे झाले आलात तुम्ही. भाऊबीजेला आला असाल ना?’’ रत्ना.

‘‘हो गं. भाऊबीजेला आलो होतो, तर आल्या आल्या आम्हाला कळले बघ तुझ्याविषयी. म्हटले आमचे आता पुनः केव्हा येणे होते. इथे आलोच आहोत तर जाऊन यावे,’’ मालती.

‘‘खूप वाईट झाले गं. आधीच एकटी अन् त्यात या महाभयंकर रोगाने पछाडले. दृष्ट लागली तुला कुणाची तरी,’’ सुमन.

‘‘अगं कुणाची तरी काय म्हणतेस. तिचीच लागली सटवीची. बेबी पानट. स्वतःही काही भोगू शकली नाही आणि हिलाही काही सुख उपभोगू दिले नाही,’’ कल्पना.

‘‘काल तरी आला होता की नाही तो नानासाहेब. आलाच नसेल ना. दुष्ट मेला. एक वेळ दगडाला पाझर फुटेल; पण हा नाना म्हणजे,’’ बोलण्यासाठी फटकळ म्हणून प्रसिद्ध असलेली मालती म्हणाली.

‘‘हो मी आठ दिवस आधी पत्र लिहून कळविले होते त्यांना. येऊन जा म्हणून शेवटचे भेटायला. रात्री शेवटच्या बसपर्यंत वाट पाहिली. मी म्हटले मृत्युशय्येवर असताना तरी वैर संपेल; पण त्यांना काही दया आली नाही माझी,’’ रत्ना.

‘‘रत्ना तुझीदेखील कमालच आहे. इतके छळल्यावरदेखील तू त्याला अहो जावो म्हणतेस. सोड आता हे सर्व सारे,’’ मालती.

‘‘नाही बोलवत मला असे. तात्यांचे संस्कार शेवटी,’’ रत्ना.

‘‘मृत्युपत्र करून ठेवलेस की नाही? नाही तर घ्यायला सगळे पानट हजर होतील,’’ सुमन.

‘‘काय आहे गं माझ्याकडे. आई-बाबांनी दिलेले सोन्याचे दागिने, तात्यांनी दिलेली हार्मोनिअम अन् गावात इकडेतिकडे जायला घेतली होती ती लुना आणि सगळ्यात जास्त संपती आहे... ती म्हणजे माझ्या बहिणी, त्यांचे कुटुंबीय, माझे आप्त-स्वकीय, तुमच्यासारख्या जिवलग मैत्रिणीच्या आणि हितचिंतकांच्या आठवणींची शिदोरी,’’ हे म्हणता म्हणता तिचे डोळे भरून आले आणि ती रडू लागली. तिला आधार देत मालती थोडे टेंशन कमी व्हावे म्हणून म्हणाली, ‘‘पन्नास वर्षे झाली असतील; पण पहिल्यांदाच पाहतो आहे ना, आपण आपल्या रत्नाला रडताना.’’

‘‘रडू नकोस गं बाई तू. मुळीच चांगली दिसत नाहीस,’’ सुमन म्हणाली. सगळ्याच मैत्रिणी ताण कमी व्हावा म्हणून इच्छा नसताना असे बोलून, तिला हसवत होत्या; पण त्यांना लक्षात येत होते, कोमेजलेले फूल आता पुनः कसे बहरणार? रत्ना म्हणाली, ‘‘आता चांगले दिसायचे दिवस गेले गं माझे. हे दाट अन् तीन फुट लांब असलेले केस गमावले, तेव्हापासून आरसाच धरला नाही हातात.

काय बघायचे त्या आरशात आपलेच केविलवाणे रूप. मैत्रीणीनो, मला सूर्योदय बघायला आवडतो. काही ठिकाणी सनसेट पॉइंटवर सूर्य पाहण्यासाठी गर्दी होते. मला कधीच आवडला नाही सूर्यास्त.''

''तुझा हा पॉझिटिव्ह ॲटिट्यूड तर इंटरव्ह्यूमध्ये आवडला बघ इंटरव्ह्यु घेणाऱ्यांना. मग आजच अशी का गं?'' सुमित्रा.

''आता नाही हे उसने अवसान आणता येत. लोक काय म्हणतील म्हणून दादा या वर्षी दिवाळी साजरी करणार नव्हता; पण मीच त्याला म्हटले, या वेळेस माझ्या सोबत शेवटची दिवाळी साजरी करा. पुढच्या वर्षी माहीत नाही मी असेन किंवा नसेन.पॉझिटिव्ह ॲटिट्यूड आहेच बघ. मी असेन म्हणते मी,'' असे म्हणून ती हसली; पण तिचे ते केविलवाणे हास्य पाहून, मैत्रिणी एकदम रडवेल्या झाल्या. असे कधीच बघितले नव्हते तिचे रूप त्यांनी. एक प्रकारचा करारीपणा, तिच्या चेहऱ्यावर नेहमी असायचा. ''बरे आहे रत्ना. आम्ही तर अशीच आशा आणि प्रार्थना करू की, आपण नंतर पुनः भेटू. चल येतो आम्ही,'' असे म्हणत त्यांनी रत्नाचा निरोप घेतला. बाहेर श्रीकांत बसला होता. त्याचा निरोप घ्यायलादेखील त्यांच्याने थांबविले नाही.

मैत्रिणी गेल्यावर रत्ना विचार करीत होती. बहिणी कुणीदेखील आल्या नव्हत्या.तिच्या मनात आले कशा येणार, त्या सगळ्या बिचाऱ्या सासुरवाशिणी होत्या. दिवाळीला कशा निघणार घरातून. हेच रत्ना गेली असे कळविले असते, तर कदाचित सगळ्या आल्या असत्या. मग माहीत नाही, तिलाच असे वाटले की, आपल्या बहिणींविषयी असा विचार करणे बरे नाही. आपल्याला संसार नाही; पण त्यांना त्यांचे संसार आहेत ना. कशाला असा विचार करायचा, किती दिवसांचे सोबती आहोत आपण?

संध्याकाळी शालिनी वहिनीनी पाट रांगोळी केली भाऊबीजेसाठी. श्रीकांतला दोन अपत्ये होती. संगीता आणि शिरीष. आधी संगीता आणि शिरीष यांचा भाऊबीजेचा कार्यक्रम झाला. मग श्रीराम जो रत्नाचा धाकटा भाऊ होता त्याने व जानकी, श्रीरामची बायको हिने रत्नाला हाताला धरून देवघरात आणले. खोलीतील वातावरण खूप गंभीर झाले होते. रत्ना इतकी अशक्त झाली होती की, तबक हातात धरून ओवळण्याइतकीसुद्धा ताकद अंगात राहिली नव्हती. श्रीरामने तिला धरून ठेवले होते. मग रत्नाने श्रीकांतला ओवाळल्यावर त्याने तिला विचारले की, काय ओवाळणी देऊ तुला? रत्नाला एकदम भरून आले, ''काय करू तुझ्याकडून काही घेऊन, नेता तर येतच नाही सोबत.'' ''नको ना असं बोलूस रत्ना. माझे देवाला एकच मागणे आहे, अशी भाऊबीज कुणाच्या नशिबात न येवो. सांगशील हे देवाला,'' श्रीकांतचा गळा दाटून आला होता. त्याने ५०० रु.च्या दोन नोटा तबकात ठेवल्या आणि तो पटकन उठून तिथून निघून गेला.

मग जानकीने रत्नाला घट्ट धरून ठेवले. रत्नाने श्रीरामला ओवाळल्यानंतर त्याने तिला नमस्कार केला आणि तिचे पाय इतके घट्ट धरून ठेवले आणि रडून रडून तिच्या पावलांवर जणू अश्रूंचा अभिषेक केला. ढसढसा रडत तिला म्हणाला, ''कुठे जाऊ नकोस ना, तू हिंमत बांध ना, मी माझ्या जवळील सारा पैसा तुझ्यासाठी वापरीन; पण तुला बरी करेन.'' ''वेडा आहेस तू, आवर स्वतःला, तुला तुझे आयुष्य आहे. चल मला आता थकल्यासारखे झाले आहे. खोलीत जाऊ या.'' मग श्रीराम आणि जानकीने रत्नाला तिच्या खोलीत पोहोचवले. वातावरण खूपच गंभीर झाले होते. रात्री कुणीच काही जेवले नाही.

दिवाळी खूप आनंदात साजरी करू, असे ती इतरांना म्हणत होती; पण बाकी सारेच तिची शेवटची इच्छा समजून सारे करीत होते. कुणाचेही मन त्यात लागत नव्हते हेच खरे.प्रत्येकाच्या मनात हीच भावना होती की, कदाचित पुढच्या दिवाळीला रत्ना नसणार. माणूस दूर असला तरी तो एक ना एक दिवस भेट होईल, याची जाणीव असते, त्यामुळे मन निर्धास्त असते; पण माणूस या जगात नसणार, कधीच भेटणार नाही. हे निश्चितपणे वेदनादायक असते. कारेकर परिवार आज हेच सारे अनुभवत होता. रत्नाने मनाची तयारी केली होती की, आपले या पृथ्वीतलावर जास्त दिवस नाही, त्यामुळे ती इतरांच्यापेक्षा थोडी निर्धास्त होती.

रत्ना बेडवर पडल्या पडल्या आठवू लागली. तिचा पहिलाच दिवाळसण होता. यवतमाळच्या नेताजी सुभाषचंद्र बोस चौकात त्यांचा भला मोठा बंगला होता. त्यांचा पहिलाच दिवाळसण असल्यामुळे बंगल्यावर दिव्यांची रोषणाई केली होती. अगदी प्रत्येक दारावर एक आकाशकंदील लावला होता. नानासाहेब आज अगदी खूश होते. त्यांचे लग्न तसे उशिराच झाले होत. बत्तीस संपून त्यांना तेहेतीसावे लागले होते. मोठ्या बहिणीचे लग्न व्हायचे होते. त्या वर्षी दिवाळी अधिक महिना आल्यामुळे जरा उशिराच आली होती. रत्नाने अजून नोकरी सोडली नव्हती. ती न्यू ईरा हायस्कूल इंग्रजीची शिक्षिका होती. त्यांचे लग्न जूनमध्ये झाले होते. त्यानंतर तिने शाळेत राजीनामा दिला होता; पण त्याच वेळेस इंग्रजीच्या शिक्षिका दामले मॅडम या मॅटर्निटी लिव्हवर होत्या, त्यामुळे शाळेने त्यांना विनंती केली होती की, नोव्हेंबर महिन्यात दामले मॅडम पुन्हा जॉइन होतील. मग आम्ही तुम्हाला सोडू. दहा वर्षे तुम्ही शाळेत शिकवत आहात,तेव्हा आमची एवढी विनंती मान्य करावी, असे शाळेचे मुख्याध्यापक नाही, तर शिक्षण संस्थेचे अध्यक्ष श्री. राजे वकील यांनी म्हटले होते. त्यांचे म्हणणे टाळता आले नाही. कारण, राजे वकील आणि नानासाहेब समव्यवसायी होते, त्यामुळे एकमेकांना ते ओळखत असल्यामुळे, मग नानासाहेबांनीच रत्नाला त्यांची विनंती स्वीकारण्यास सांगितले. रत्ना आणि नानासाहेब दोघेही हनिमूनला न जाता आपापल्या कामावर जॉईन झाले होते.

रत्नाच्या शाळेला दिवाळीची सुट्टी लागल्यावर ती लगेच यवतमाळला हजर झाली होती. लक्ष्मीपूजन थाटात पार पडले होते. आज पाडव्याचा दिवस होता. पहाटे रत्नाने नानासाहेबांना उटणे आणि तेल लावून दिले होते. त्यांनी हौसेने फटाके फोडले आणि रत्नालादेखील फोडावयास लावले होते. सासूबाई आणि बेबीताई (नणंद) दोघींनाही,आज रत्नाने स्वयंपाकाला सुट्टी दिली होती. तिने एकटीनेच चारी ठाव स्वयंपाक केला होता. आज पाडवा म्हणून नानासाहेबांच्या आवडती पुरणपोळी केली होती. मिरचीची चटणी,काकडीची कोशिंबीर, उकडलेल्या बटाट्याची भाजी, कढी आणि गिलक्याचे भजे असा एकंदर स्वयंपाक रत्नाने एकटीने केला होता. सासू-सासरे, बेबीताई आणि नानासाहेब सगळे जेवायला बसले. सगळ्यांनी आग्रह केला की, रत्नानेही बसावे. मग सर्व अन्न पदार्थ मधे मांडून घेऊ आणि ज्याला जे लागेल ते घेता येईल. सगळ्यांनी मग खालीच गोल करून बसायचे ठरविले. सर्वच आपल्या हाताने घेत होते आणि प्रत्येक वेळेस घेताना 'वा खूप छान आज मजा आणली बरे रत्ना,' असे सासरे बुवा म्हणाले होते. सगळे अगदी तृप्त मनाने जेवले आणि असे जेवण बरेच दिवसांत झाले नव्हते असा शेरा स्वतः नानासाहेबांनी मारला होता. रत्ना खूप खुश झाली. मग संध्याकाळी ओवाळणीचा कार्यक्रम झाला. नानासाहेबांनी रत्नासाठी पैठणी आणली होती. त्यांनी ती खास करून पुण्याच्या एका पक्षकाराकरवी बोलावून घेतली होती. रत्नाला पैठणी खूप आवडली. रात्री पुन्हा फटाके फोडण्याचा कार्यक्रम झाला. दुसऱ्या दिवशी भाऊबीज होती. बेबीताई नानासाहेबांना ओवाळणार होत्या. सकाळी लवकर उठायचे होते. रात्रीचे अकरा वाजून गेले होते. रत्ना आणि नानासाहेबांना गप्पा मारता मारता केव्हा झोप लागली कळलेच नाही.

दुसऱ्या दिवशी भाऊबीजेचा कार्यक्रम आटोपला. आता दोन-चार दिवस सुट्टी राहिली होती. रत्नाने नानासाहेबांना म्हटले की, आता २-३ दिवस आपण हनिमूनला कुठे जाऊ या, तर नानासाहेबांनी टाळाटाळ केली होती; पण रत्ना जास्तच मागे लागल्यावर त्यांनी पचमढीला जायचे ठरवले. शुक्रवारी नानासाहेबांना कोर्टात विशेष काम नव्हते म्हणून दोघे जण दुपारीच नागपूरकडे निघाले. नागपूरहून एका पक्षकाराने पचमढी जाण्यासाठी कार दिली होती. त्या कारने ते दोघेही शुक्रवारी रात्री पचमढीला पोहोचले होते. दुसऱ्या दिवशी संपूर्ण दिवसभर वेगवेगळे स्पॉट बघत ते फिरले. नानासाहेब तिची खूप तारीफ करत होते. तिला बाजारातून तिच्या आवडीच्या वस्तू त्यांनी तिथे विकत घेऊन दिल्या. ते तिला म्हणाले की, आयुष्यात याआधी कोणावर प्रेम केले नाही; पण तुझ्यावर मात्र करावेसे वाटले. ते पुढे म्हणाले की, तू वर्ध्याला असताना मी नेहमीच तुला फोन करत असे. ते यासाठीच की माझे तुझ्यावर खूप प्रेम जडले होते. तसे रत्ना म्हणाली की, तुम्ही दर शनिवार-रविवारी काही ना काही कारण काढून वर्ध्याला यायला लागलात. तेव्हाच मला कळले

की, तुम्ही माझ्या बाबतीत खूप possessive झालात. तुमचे माझ्यावर खूप प्रेम जडले आहे. त्यादिवशी अखेर ती प्रतीक्षेची रात्र आली होती. त्या रात्री नानासाहेब मात्र तिच्याशी काही ना काही कारण काढून गप्पा मारत राहिले आणि ज्यासाठी ते आले होते, तसे काहीच न होता ते दोघेही झोपून गेले. ती जवळ आली की, तिच्यापासून दूर जाणे वगैरेमुळे तिला त्यांच्या माणसांत असण्याबद्दल संशय आला होता. ती मोठी उत्साहात पचमढीला गेली होती; पण निराश होऊन तिथून परत गेली होती. पचमढीला जाऊन यवतमाळला आल्यावर तिच्या सासूबाईने मोठ्या प्रेमाने विचारले कशी झाली ट्रीप? तेव्हा तिने जे घडले ते सांगितले आणि त्यानंतर सासूबाईंचे आणि बेबीताईंचे तिच्या सोबतचे वागणे बदलले.आठ दिवसांनी ती सामान घ्यायला वर्धेत जाणार आहे, असे ती सासूबाईंना सांगण्यास गेली, तेव्हा सासूबाई तिला म्हणाल्या की, जसे आहे तसं तुला स्वीकारायचे असेल, तर तू सामान घेऊन ये अन्यथा तिथेच राहा. ती खूपच अस्वस्थ झाली होती. अवघे सहा महिने झाले होते लग्नाला. त्या दिवशीही दोघं रात्री येऊन झोपून गेले. रात्री बारा एकच्या सुमारास रत्नाला जाग आली, तर नानासाहेब खोलीत नव्हते. तिने बाहेर येऊन बघितले, तिथे ते नव्हते. ती जिन्यावरून वर येत असताना. रस्त्यात बेबीताईंच्या रूममधून तिला अचानक नानासाहेबांचा आवाज आला. नानासाहेब म्हणत होते की, आम्ही पचमढीला गेलो असताना तिने माझ्याशी लगट करायचा प्रयत्न केला; पण तिचा स्पर्श तसा नाही वाटला जसा तुझा वाटतो. तू स्पर्श केलास की, अगदी कसं कसं होतं बेबी. तेव्हा बेबीताई म्हणाली की, बरं झालं ती अशी निघाली. नाही तर माझे काय झालं असतं? मी तशीच कुढत राहिले असते त्या सुखासाठी, हो ना? त्या दोघांचे संभाषण ऐकून रत्ना पुरती कोलमडून गेली. तिच्या मनात आले की, हा माणूस स्वतः माझ्या जवळदेखील आला नव्हता अन् माझ्यात दोष आहे म्हणतो आहे अन् या दोघांचे बहीण-भावाचे संबंध. छी छी, तिला किळस वाटली. दुसऱ्या दिवशी सकाळी उठल्यावर रत्नाने आपली बॅग भरायला घेतली, तेव्हा नानासाहेब तिला म्हणाले की, आठ दिवसांनी जाणार होतीस ना? मग बॅग आज कशी भरायला घेतलीस? तेव्हा ती म्हणाली की, मी आजच जाते. कायमची, तेव्हा नानासाहेबांनी तिला थांबविण्याचा खूप प्रयत्न केला. अगदी हात जोडून बघितले. त्यांच्या डोळ्यांत पाणीदेखील आले होते; पण रत्ना थांबली नाही. नानासाहेबांच्या घराबाहेर पडली ती कायमचीच.

नंतर एक-दोन वेळा नानासाहेबांनी तिला फोन करून बघितला. दोन-चार पत्रे पाठवून पाहिली; पण ती काही बधली नाही. शेवटी कंटाळून त्यांनी घटस्फोटासाठी अर्ज केला. त्यांना घटस्फोट दिला नाही. तिने कोर्टाला सांगितले की, या व्यक्तीने माझी फसवणूक केली आहे. मी त्याच्यावर मनापासून प्रेम केले होते. याला दुसऱ्या कुणाची फसवणूक नाही करू देणार नाही मी. म्हणून मी त्याला कदापी सोडणार

नाही आणि दुसऱ्या कुणाचे आयुष्य खराब करू देणार नाही. पुढे बऱ्याच वर्षांनी तिला कळले होते की, बेबी त्यांची सावत्र बहीण होती; पण तरी काय झाले. ते योग्यच नव्हते. हे विचार करत असतानाच रत्नाला केव्हा झोप लागली कळलेच नाही.

सकाळी तिला जाग आली, तर तिच्या डोक्याशी नानासाहेब बसले होते. त्यांना पाहून तिला आश्चर्य वाटले. तिने अंथरुणातून उठायला बघितले; पण तिला उठता आले नाही. शेवटी नानासाहेब तिला म्हणाले, ''राहू दे, राहू दे. मी पाडव्याला येऊ शकलो नाही.कारण, एका केसच्या कामासाठी मुंबईला गेलो होतो. तू म्हणशील की, कोर्टाला तर दिवाळीची सुट्टी असते म्हणून सांगतो दुसरं महत्त्वाचं काम होते. येताना सरळ वर्ध्याला उतरलो आणि तुझ्या घरी आलो. आज सकाळी सकाळीच आपण पाडवा साजरा करू, मी दिवसभर राहीन आणि उद्या सकाळी निघून जाईल.''

शालिनी म्हणजे श्रीकांतच्या बायकोने रत्नाच्या वहिनीने दुपारच्या वेळेस देवासमोर पाट मांडला रांगोळी घातली. ओवाळणीचे तबक तयार केले. श्रीकांतने आणि शालिनीने तिला हाताला धरून देवघरात आणले. नानासाहेबांना पाटावर बसण्याची विनंती केली आणि मग रत्नाने नानासाहेबांना ओवाळले. त्यांनी रत्नाला पाच हजार रुपये ओवाळणी टाकली आणि म्हणाले की, घाईघाईतच आलो ना, त्यामुळे काही आणता आले नाही. ती म्हणाली, ''राहू द्या. आता काय कामाचे हे सारे. तुम्ही आलात यात सारे काही मिळाले.'' तिच्या चेहऱ्यावरचे हास्य आता वेगळे होते. त्याच्यात आता एक वेगळी चमक बघायला मिळाली. नमस्कार करण्यासाठी ती वाकली आणि म्हणाली की, आयुष्यात स्त्री आपल्या नवऱ्याला फक्त एकदाच नमस्कार करते. पाडव्याला. मी आपल्या पहिल्या दिवाळसणाला केला होता आणि आज करते आहे. कदाचित, शेवटच्या दिवाळसणाला असे म्हणत तिने खाली वाकून त्यांचे पाय धरले, बराच वेळ झाला ती उठत नाही, हे बघून त्यांनी तिला उठवायचा प्रयत्न केला; पण ती एकदम त्यांच्या मांडीवर कोसळली आणि शेवटचे काही शब्द पुटपुटली, ''यू रियली लव मी, थँक्स शरद.''

दैनिक नवी पहाट

मराठी प्रसार माध्यमांच्या जगात, एका नव्या ताऱ्याचा उदय होणार होता. मराठी नववर्ष अर्थात, गुढीपाडव्याचा शुभ मुहूर्त साधत दैनिक नवी पहाट हे नवीन वर्तमानपत्र सकाळी सकाळी येणार होते. गेल्या २५ वर्षांत कुठल्याच नवीन प्रादेशिक वर्तमानपत्राचे प्रकाशन झाले नव्हते. इतर सर्व व्यवसाय वाढत असताना हे क्षेत्र कसे यापासून अलिप्त हे मला कळत नव्हते. मी अर्थात दीपक वसंत यावलकर या क्षेत्रातला तज्ज्ञ वगैरे नव्हतो; पण एखाद्या सर्वसामान्य माणसाला पडावा असाच हा प्रश्न होता. मी सुरुवातीला बी.कॉम, एम.कॉम केल्यावर मला लगेच मॉडर्न कॉलेजला प्राध्यापक म्हणून नोकरी मिळाली. त्यानंतर एम.बी.ए. केल्याने मला थोडी आर्थिक क्षेत्राची माहिती झाली होती. प्राध्यापकाला तसा बराच वेळ मिळत असे आणि वाचनाची मला अतिशय आवड होती. त्यातून लेखन सुरू केले. माझा एक मित्र आकडे, अक्षर तज्ज्ञ होता. तो मला म्हणाला की, अरे तुझे initials dvy घेऊन बघितले, तर दिव्य हा शब्द तयार होतो बघ. या टोपण नावाने का लिहीत नाहीस. मलाही ते पटले आणि काय आश्चर्य त्यानंतर मला भरपूर प्रसिद्धी मिळाली. मी एक प्रथितयश लेखक म्हणून ओळखला जाऊ लागलो. माझ्या बऱ्याच ओळखी झाल्या. अगदी विविध क्षेत्रांतल्या लोकांशी परिचय झाला.

त्यातूनच आज श्री. गुणवंत पाटील मला भेटायला आले असावे असे मला वाटले.लेखनाच्या जोडीला चार पैसेही कमवावेत म्हणून माझ्या एम.बी.ए.च्या भरवशावर आणि लेखक म्हणून मान्यता पावल्यामुळे, माझे आर्थिक बाबींवरचे लेखही वर्तमानपत्रात छापून येऊ लागले. मी आर्थिक सल्लागार म्हणून माझे एक ऑफिस नाशिकच्या सिडको भागात स्थापले होते. रिटायर्ड झाल्यावर काही तरी

उद्योग हवा म्हणून मी दोन मित्रांच्या सोबतीने हा व्यवसाय सुरू केला होता. अर्थात हा पार्ट टाइम व्यवसाय होता.

तर श्री. गुणवंत पाटील माझ्या ऑफिसला आले. दरवाज्यावर नॉक केले आणि दार ढकलत ते म्हणाले की, येऊ का आत? ''या पाटील साहेब, या, आज इकडे कशी वाट चुकलात?'' माझ्या समोरील खुर्चीवर बसत ते म्हणाले, ''सर, एक काम होत तुमच्याकडे; पण आज जरा वेगळे काम आहे. मी लवकरच एक दैनिक सुरू करायचे म्हणतो आहे. दैनिक नवी पहाट. आमच्या संचालक मंडळाची नुकतीच सभा झाली. त्यात काही आपल्यासारखे साहित्यिकसुद्धा संचालक मंडळात असावे. असे बऱ्याच सदस्यांचे म्हणणे पडले. मला सर्वांत आधी तुमचे नाव सुचले. कारण आपण साहित्यिक तर आहातच; पण आर्थिक सल्लागारही आहात, त्यामुळे आपला साहित्याच्या दृष्टीने आणि अर्थकारणाच्या दृष्टीनेदेखील आम्हाला फायदा होऊ शकतो म्हणून मी मंडळाला आपले नाव सुचविले.त्यांनी सगळ्यांनी होकार दिला म्हणूनच आज इथे आलो आहे. आमच्या विनंतीचा स्वीकार करावा.''

''पाटील साहेब, तुम्ही मला साहित्यिक म्हणून माझा जो सन्मान केलात, त्याबद्दल आभारी आहे; पण मी नम्रपणे सांगतो की, मी फक्त एक लेखक आहे आणि तुम्ही जी विनंती केलीत. त्यासाठीदेखील खूप खूप आभारी आहे. मी नकार देत नाही. फक्त थोडासा बदल सुचवू इच्छितो. तुम्ही मला त्यापेक्षा साहित्य सल्लागार मंडळावर घ्या. मी तुम्हाला साहित्यिक बाबतीत निश्चितपणे काही सुचवू शकेन. वृत्तपत्र कसं चालवायचे, हे आपण मंडळी माझ्यापेक्षा आधिक चांगले जाणता.''

''आपण संचालक मंडळात संचालक म्हणून आम्हाला जॉइन झाला असतात, तर नक्कीच आम्हाला अधिक आनंद झाला असता सर; पण तरी काही हरकत नाही. आपल्या सारखा साहित्यिक आमच्या साहित्य सल्लागार मंडळावर असेल, तर यापेक्षा दुसरी आनंदाची गोष्ट काय असू शकते. मी आता आपला प्रस्ताव संचालक मंडळापुढे ठेवीन. संचालक मंडळ काय किंवा सल्लागार मंडळ काय, तुम्ही आमच्यासोबत येण्यास तयार झालात, आनंद वाटला. जेव्हा साहित्य सल्लागार मंडळ स्थापनेची सभा घेऊ, तेव्हा आपल्याला आमंत्रण द्यायला येईन. बरं आता आपला निरोप घेऊ शकतो.''

''नाही नाही, कॉफी सांगितली आहे ना?''

''केव्हा सांगितलीत, कुणाला बोलावले नाही आणि कुणी आलेले दिसले नाही.'' ''माझ्या ऑफिसला येताना तुम्ही काही entry केली असेल ना? गेटवर, म्हणजे कुणाला भेटायचे आहे, तुम्ही किती जण आहात वगैरे वगैरे.'' ''हो रजिस्टरला एंट्री केली ना.'' ''माझ्या लॅपटॉपवर लगेच अपडेट होते ती. मी लगेच दोन कॉफी असा लॅपटॉपवरच मेसेज पाठविला.'' ''ग्रेट सर, कोण आले आहे हे माहीत करून घेण्यासोबत हे छान आहे. छान कल्पना आहे तुमची.'' ''माझी नाही, माझ्या

मिसेसची आहे. लग्नाआधी यू.एस.ला होती ती. एका शिपायाची अपॉईंटमेंट करून दोन शिपायांचे काम करून घ्यायचे. अशी भन्नाट आयडिया मला माझ्या मिसेसने सुचविली. व्यवसाय करताना या छोट्या छोट्या गोष्टीदेखील महत्त्वाच्या असतात.'' तेवढ्यात कॉफी आली. दोघांची कॉफी पिऊन झाल्यावर पाटलांनी निरोप घेतला.

खरं तर मला आता असले कुठलेच जबाबदारीचे पद मागे लावून घ्यायचे नव्हते. ३५ वर्षे नोकरी झाल्यावर काही करावेसे वाटत नाही. लेखक काय किंवा सल्लागार काय आपल्या मर्जीचा राजा. या ऑफिसला मी आठवड्यातून तीन दिवस येत असे. सोमवार, बुधवार आणि शुक्रवार. बाकीच्या दिवशी बाकी दोघं येत आणि माझ्याशीच काम असेल तर मला बोलावून घेत. गुणवंत पाटील हे प्रिंट मीडियातले नावाजलेले नाव. गेली अनेक वर्षे ते वेगवेगळ्या वृत्तपत्रांचे संपादक म्हणून काम पाहत होते. माझ्यासारख्या वर्षानुवर्ष एकाच ठिकाणी काम केलेल्या व्यक्तीस याचे नेहमी आश्चर्य वाटायचे. त्यातही वृत्तपत्रात म्हणजे भारीच. कारण, तिथे तुम्हाला तुमची वैयक्तिकच नव्हे तर राजकीय मते बाजूला ठेवून काम करावे लागते. एवढेच काय काही वेळेस काही रूढी, परंपरा यांचाही आपल्या मनावर पगडा असतो. ते सारे अभिनिवेश बाजूला ठेवून काम करावे लागते. तसे ते प्रत्येक ठिकाणी असले, तरी तुम्ही संपादक असाल तर तुमची राजकीय आणि धार्मिक मते एकदम प्रकाशात येतात. माझ्यासारख्या प्राध्यापकाच्या वैयक्तिक किंवा राजकीय मताला एवढे मूल्य नसते. हे सारे लेखक म्हणून मान्यता मिळाल्यावर माझ्या लक्षात आले.

गुणवंत पाटील आता वृत्तपत्रनिर्मिती क्षेत्रात पाऊल टाकत आहेत म्हणजे त्यांनी नक्कीच पूर्ण विचार केला असेलच, असे माझ्या मनात आले. कारण, वृत्तपत्रनिर्मितीसाठी मोठी जागा, इमारत, लाखोंची मशिनरी, खूप सारे मनुष्य बळ, दांडगा जनसंपर्क आणि मुख्य म्हणजे राजकीय वरदहस्त लागतो. गुणवंत पाटील या क्षेत्रात होते, त्यामुळे खूप सारे मनुष्य बळ, दांडगा जनसंपर्क या गोष्टी त्यांच्या गाठीशी होत्याच; पण राजकीय वरदहस्त होता की नाही, याची मला कल्पना नव्हती. मी विचार केला की, संचालक मंडळात कोण कोण आहे, हे बघितल्यावर सारे काही लक्षात येईल. आपण संचालक मंडळाऐवजी साहित्य सल्लागार मंडळावर घ्या म्हटले, ते बरे केले असे मला वाटून गेले. उगीच डोक्याला बाकी विवंचना नकोत असा विचार आला. काही वेळेस आपले डोके विलक्षण विचार करीत असते याची जाणीव झाली आणि माझेच मला हसू आले.

माझा स्वतःचा स्वार्थ यात एकच होता की, माझ्या लेखांना प्रकाशित करण्यासाठी आणखी एक दरवाजा उघडला होता. मग एक दिवस टी.व्ही.वर गुणवंत पाटलांची एक मुलाखतही झाली. मला आश्चर्य या गोष्टीचे वाटले की, संचालक मंडळात मोठमोठे लोक असताना, त्यांनी मी सल्लागार मंडळात असल्याचे सांगितले. नाशिक एरियात मी एवढा प्रभावशाली असेल असे मला वाटले नव्हते.

त्यांची मुलाखत झाल्यावर संध्याकाळी मी घरी गेलो, तर माझ्या बायकोने तर मला सेलिब्रिटीचा दर्जा देऊन टाकला. ''अहो तुम्ही सांगितले होते ना मला मागे की, खूप मोठमोठे लोक आहेत संचालक मंडळात; पण त्यांचं नाव घ्यायचं सोडून तुमचं नाव घेतले त्यांनी. एवढे वजन आहे तुमच्या नावाला.'' ''अगं तसं नाही, उगीच काही झाडावर चढवू नकोस. ३५ वर्षे प्राध्यापकी करून सेवानिवृत्त झालेला माणूस मी. मला कसले आले आहे वलय आणि मी कसला सेलिब्रिटी. कुठलेही संचालक मंडळ म्हटले की, माझ्यासारखे काही मुखवटे लागतात. माझ्यात एकच गुण आहे त्यांच्या दृष्टीने. तो म्हणजे मी वादग्रस्त नाही. प्राध्यापक माणूस वादग्रस्त तेव्हाच होतो, जेव्हा तो आपल्याच विद्यार्थिनीच्या प्रेमात पडतो. माझा आणि वादाचा संबंध म्हणजे स्नेहसंमेलनात वाद-विवाद कार्यक्रमाचे मी आयोजन करीत असे, त्याचा आयोजक एवढाच माझा आणि वादाचा संबंध म्हणून त्यांनी मला घेतले. माझ्यासारखा माणूस संचालक मंडळात आहे म्हणजे वृत्तपत्र चांगले असेल असा लोकांचा समज किंवा गैरसमज होईल, ही त्यांची कल्पना. मला एक गोष्ट सांग, आज काय केलेस खायला.'' ''अहो मला वाटलं तुमचं नांव घेतलं टीव्हीवर म्हणजे तुम्ही सेलिब्रिटी झालात म्हणून थोडा शिरा केलाय गोडाचा.'' ''कठीण आहे बाबा. असे प्रत्येक वेळेस काही गोड-धोड करशील, तर माझा डायबेटिस वाढून जाईल. सांभाळून जरा.''

गुढीपाडव्याला, साधारणतः दोन महिने राहिले असताना, गुणवंत पाटील साहेब, एक दिवस अचानक मला भेटण्यास ऑफिसला आले. ''आत येऊ का सर?'' ''हो या ना साहेब. काय सल्लागार मंडळाची बैठक आयोजित केली आहे का?'' मी विचारले. तेव्हा गुणवंत पाटील म्हणाले, ''सल्लागार मंडळाची बैठक आयोजित केलेली आहेच; पण सोबत सोबत संचालक मंडळाची बैठक उद्या संध्याकाळी पाच वाजता होणार आहे. दोन्ही मंडळी एकत्र बसून उद्घाटन समारंभ कसा करायचा, याची थोडी रूपरेषा ठरवणार आहोत. तुम्ही अवश्य या सर.'' ''पाटील साहेब पण एवढ्या गडबडीच्या काळात स्वतः येऊन वैयक्तिक निमंत्रण द्यायची गरज नव्हती. तुम्ही फोन केला असता तरी मी आलो असतो.'' ''तसं नाही सर, तुम्ही सल्लागार आहात. तुम्हाला योग्य तो मान दिला पाहिजे ना...'' मी हसलो आणि म्हणालो, ''बैठकीचा आणखीन काही अजेंडा आहे का?''

''सल्लागार मंडळात तुम्ही तिघे आहात सर. तुम्ही आहात, प्राध्यापक घाटे आहेत आणि प्रा. औरंगाबादकर सर आहेत. हे दोघेही मराठीचे प्राध्यापक आहेत म्हणून त्यांना संचालक मंडळात घेतले आणि आपण स्वतः लेखक आहात आणि थोडीशी अर्थशास्त्राची पार्श्वभूमीदेखील आपल्याला आहे म्हणून आपणासदेखील सामील करून घेतले आहे. दैनिकाचे स्वरूप कसे असावे, याबद्दलच केवळ आपला सल्ला नको आहे, तर संचालक मंडळही कसे असावे म्हणजे संचालक मंडळात

अजून कोणाला सामील करून घ्यायला हवे का, याचादेखील विचार आम्ही आपणाकडून घेणार आहोत. उद्या साधारणतः साडेचार पावणेपाचपर्यंत पोहोचलात, तर बरे होईल. चला मी निघू का, असे म्हणत नाही. कारण, तुमची कॉफीची ऑर्डर गेलीच असणार,'' गुणवंत पाटील हसत हसत म्हणाले.

तेवढ्यात शिपाई दोन कॉफी घेऊन हजर झाला. गुणवंत पाटील म्हणाले, ''तुमची सिस्टिम मला खूप आवडली. तुम्ही आमच्या ऑफिसला याल, त्या वेळेस बघा. आमच्या इथेही आम्ही अशी सिस्टिम सुरू करू.'' पाटलांनी कॉफी घेतली आणि ते निघून गेले.

दुसऱ्या दिवशी ऑफिसमधून तीन-सव्वातीनलाच बाहेर पडलो. पंधरा मिनिटांत घरी पोहोचलो होतो. मी लवकर घरी आलेला पाहून माझ्या पत्नीला, राजश्रीला आश्चर्य वाटले.ती म्हणाली, ''आज लवकरच घरी आलात.'' ''हो अगं आज दैनिक नवी पहाटच्या साहित्य सल्लागार मंडळाची बैठक आहे. पाच वाजता पोहोचायचे आहे मला.'' ''अरे वा म्हणजे आज नवीन कामाला सुरुवात. अभिनंदन...'' राजश्री म्हणाली. ''हो पण लगेच काही शिरा वगैरे करू नकोस,'' मी थट्टेने म्हटले, तेव्हा चेहऱ्यावर थोडा राग दाखवत राजश्री म्हणाली, ''आता तुम्ही म्हणालात ना, तरी नाही करणार मी काही गोडाचं. बायकोला नवऱ्याचं किती कौतुक आहे; पण नवऱ्याला त्याचं काहीच नाही.'' मी केवळ हसलो. कारण, मला तयार व्हायचे होते. बरोबर साडेचारला मी घरून निघालो आणि पावणेपाचपर्यंत प्रस्तावित दैनिक नवी पहाटच्या कार्यालयास जाऊन पोहोचलो. तिथे बरीच मंडळी जमली होती. बरोबर पाच वाजता संचालक मंडळ आणि साहित्य सल्लागार मंडळाची बैठक सुरू झाली. सुरुवातीला श्री. गुणवंत पाटलांनी संचालक मंडळाच्या आणि साहित्य सल्लागार मंडळाच्या सर्व सदस्यांची ओळख करून दिली... ''आपल्या संचालक मंडळाचे चेअरमन श्री. संग्राम पाटील हे प्रसिद्ध उद्योगपती, त्यांचा सातपूर उद्योग वसाहतीत फोर व्हीलर Mo spares बनविण्याचा कारखाना आहे. श्री. युवराज बोबडे हे पत्रकार आहेत, त्यांना २५ वर्षे पत्रकारितेचा अनुभव आहे, मी स्वतः गुणवंत पाटील गेली कित्येक वर्षे विविध वृत्तपत्रांमधून उप-संपादक, सह-संपादक आणि संपादक म्हणून काम पाहिले आहे.प्रशासनाचा अनुभव आहे. अॅड. वैभव गद्रे हे सुप्रसिद्ध वकील आहेत. गेल्या २० वर्षांचा त्यांचा वकिलीतला अनुभव आपल्या कामास येईल, तसेच श्री. मोहन कुलकर्णी आणि श्री. संजीव अग्रवाल हे दोघे अग्रवाल अँड कुलकर्णी या चार्टर्ड अकाऊंटंट फर्मचे भागीदार असून ते Financial matters सांभाळतील. असे एकूण सहा संचालक आहेत आणि सल्लागार मंडळात प्रा. दीपक यावलकर (म्हणजे मी), प्रा. सुरेश घाटे आणि प्रा. अनिल औरंगाबादकर, हे तिघेही सेवानिवृत्त प्राध्यापक आहेत. प्रा. दीपक यावलकर हे कॉमर्स विषयाचे तर इतर दोघे मराठीचे प्राध्यापक आहेत.''

त्यानंतर गुणवंत पाटलांनी साधारणतः बैठकीचे कामकाज कसे असेल याबद्दल माहिती दिली. 'अजून कुणास संचालक मंडळात सामील करून घ्यावे, असे आपणास वाटते का?' असे त्यांनी विचारले, तेव्हा मी म्हटले, "पाटील साहेब, मला थोडंसं याबद्दल जाणून घ्यायची इच्छा आहे. आपण दैनिक नवी पहाट कसे छापणार आहोत म्हणजे त्याकरिता लागणारी मशिनरी वगैरे आपण विकत घेण्याचे ठरवले आहे काय? तसे ठरवले नसेल तर नेमकी काय व्यवस्था आहे. म्हणजे मग मी संचालक मंडळात कुणाला सामील करून घ्यावे, हे सुचवू शकतो." तेव्हा पाटील साहेब म्हणाले, "सर, अगदी कमीत कमी मशिनरी घेऊन कारखाना सुरू करायचा झाला, तरी ती ठेवायला जागा लागेल, बिल्डिंग लागेल, मशिनरी लागेल. त्यासाठी मनुष्यबळ लागेल म्हणजे साधारणतः दीड ते दोन कोटींची गुंतवणूक सध्यातरी एवढ्या मोठ्या प्रमाणात गुंतवणूक करण्याची आमची मानसिकता नाही म्हणण्यापेक्षा तयारी नाही आणि त्यासाठीचा स्रोतदेखील उपलब्ध नाही, त्यामुळे आम्ही न्यूज प्रिंट खरेदी करणार आहोत आणि एकविरा प्रिंटिंग प्रेस या प्रिंटिंग प्रेसकडून छापून घेणार आहोत. एकविरा प्रिंटिंग प्रेसच्या मालकांशी, श्री. प्रभुदास शहाशी आमची चर्चा झाली आहे आणि त्यांनी तशी तयारी दर्शवली आहे. आम्ही त्यांना एक अट टाकली आहे की, जोपर्यंत आमची स्वतःची प्रिंटिंग प्रेस सुरू होत नाही, तोपर्यंत एकविरा प्रिंटिंग प्रेसने, दुसरे कुठलेही काम हाती घ्यायचे नाही आणि आम्ही त्यांना काम देत राहू. दुसऱ्या कुणास देणार नाही आणि त्यांनी तसे मान्य केले आहे. तसा कॉन्ट्रॅक्टही आम्ही करणार आहोत."

हे ऐकल्यावर मी त्यांना म्हटले, "तुम्ही कॉन्ट्रॅक्ट करणार आहात हे ठीक आहे; पण त्याहीपेक्षा एकविरा प्रिंटिंग प्रेसचे जे मालक आहेत. त्यांना संचालक मंडळात सामील व्हाल का, अशी विचारणा करून, त्यांना सामील करून घेता आले तर ते अधिक बरे होईल असे मला वाटते. आपल्या देशातील एकंदर व्यवस्था पाहता कॉन्ट्रॅक्ट वगैरे करून घेतल्यावरदेखील कॉन्टॅक्ट मोडला तर त्याविरुद्ध कारवाई करणे आणि त्याचा निकाल लागणे. यात खूप पैसे आणि वर्षे निघून जातात. काय वकील साहेब?"

पाटील साहेबांना आणि इतरांनाही माझी ही कल्पना आवडली. त्यांनी ती मान्य केली आणि त्याप्रमाणे गुणवंत पाटलांनी एकविरा प्रिंटिंग प्रेसचे मालक प्रभुदास शहा यांना फोन केला. पाटलांनी त्यांना विनंती केली की, जर त्यांना वेळ असेल आणि ते जर ऑफिसला येऊ शकत असतील, तर काही गोष्टी ठरवता येऊ शकतील. श्री. प्रभुदास शहांनी त्यांची विनंती मान्य केली आणि पंधरा मिनिटांत पोहोचतो असे सांगितले. दरम्यान, दैनिकाचे स्वरूप कसे असावे, यावर चर्चा झाली. फ्रंट पेज, लास्ट पेज आणि मधील चार पाने असे एकंदर सहा पानांचे वर्तमानपत्र सुरुवातीस काढण्याचे ठरवले होते. पहिल्या पानावर शक्यतो नॅशनल न्यूज किंवा

नॅशनल न्यूज आणि राज्यातील ठळक बातम्या, दुसऱ्या पानावर जाहिराती, तिसऱ्या पानावर राज्यस्तरावरच्या बातम्या, चौथ्या पानावर जिल्हास्तरीय आणि गावस्तरीय बातम्या, पाचव्या पानावर करमणूक जसे चित्रपट, नाटक, मराठी सिरियल, हिंदी सिरियल यांवरील बातम्या, त्यावरील समीक्षण आणि शेवटच्या सहाव्या पानावर खेळासंबंधित बातम्या असे एकंदर वर्तमानपत्राचे स्वरूप ठरले. आठवड्यातून एकदा म्हणजे शनिवारी चित्रपट, नाटक किंवा मराठी सिरियल, हिंदी सिरियल यामधील एखाद्या कलाकाराचा इंटरव्ह्यू घेता आणि छापता आला तर प्रयत्न करायचा. गुरुवारच्या पुरवणीत देशाचे अर्थकारण, समाजकारण आणि राजकारण यांसंबंधी बातम्या आणि लेख छापावेत असे ठरले.

हे सारे होत असतानाच प्रभुदास शहा, एकविरा प्रिंटिंग प्रेसचे मालक तिथे येऊन पोहोचले होते. गुणवंत पाटलांनी प्रथम सगळ्यांचीच श्री. प्रभुदास शहाशी ओळख करून दिली. गुणवंत पाटलांनी शहाना मी मांडलेल्या प्रस्तावाबद्दल सांगितले, तेव्हा शहा म्हणाले, ''मला १०-२० हजारांपेक्षा जास्त भांडवल आणता येणार नाही.'' तेव्हा गुणवंत पाटील म्हणाले, ''हरकत नाही; पण शहा सर, तुम्ही तयार आहात ना या सगळ्यासाठी?'' तेव्हा श्री. शहा म्हणाले, ''नक्कीच, तसं तर मला कधी वर्तमानपत्राचा संचालक वगैरे होता आले नसते; पण आता एका प्रिंटिंग प्रेसचा मालक असलेल्या मला हा बहुमान तुम्ही देत आहात, याचा आनंद वाटला.''

चहा, नाश्ता वगैरे आटोपल्यावर मीटिंग संपली होती; पण अनौपचारिक गप्पा सुरू होत्या. श्री. शहा यांना काही काम असल्यामुळे ते निघून गेले. प्रभुदास शहांना संचालक मंडळात घेण्याची माझी सूचना सगळ्यांनाच पसंत पडली होती. महिनाभरानंतर पाटलांचा मला निरोप आला होता की, सगळी तयारी आटोपली आहे, तसेच आदल्या दिवशी दुपारी तीन वाजता प्रकाशन समारंभाच्यानिमित्त काढण्यात येणाऱ्या दैनिकाच्या अंकाचे स्वरूप ठरवायला आणि त्याला मान्यता द्यायला मला बोलविले होते. गुणवंत पाटलांनी मला हेदेखील सांगितले की, ते मुंबईला गेले होते. त्यांनी जिल्ह्याच्या पालकमंत्र्यांना उद्घाटनाला बोलावण्याचे ठरविले होते; पण त्यांना काही पूर्वनियोजित कार्यक्रमांमुळे येता येणार नसल्याचे त्यांनी सांगितले आणि गुढीपाडव्याच्याऐवजी दुसरा मुहूर्त पाहा, असे सुचविले. तसे केल्यास मी येईन असेही ते म्हणाले. गुढीपाडव्याला समारंभ आणि मी उपस्थित राहणे आमच्या पक्षाच्या धोरणात बसत नाही. मग पाटलांनी त्यांना सांगितले की, मराठी नव-वर्षाचा दिवस आहे म्हणून त्या दिवशी मराठीत एक नवा पेपर सुरू व्हावा, अशी आमची सर्वांची इच्छा आहे; पण मंत्री महोदयांनी होकार न दिल्याने विधान सभेतील विरोधी पक्षनेते हेमंत बडकस यांना बोलवण्याचे ठरवले होते. प्रकाशन समारंभ सकाळी आठ वाजता आयोजित केला होता. विरोधी पक्ष नेते येणार म्हटल्यावर त्यांच्याच पक्षाचे आठ-दहा लोक सहज व्यासपीठावर असणार

होते. त्या दृष्टीने भव्य असे व्यासपीठ तयार करण्यात आले होते. मला सकाळी सात वाजता उपस्थित राहण्याचे आमंत्रण होते.

ठरल्याप्रमाणे मी सात वाजता द्वारका नाक्याजवळील प्रस्तावित दैनिक नवी पहाटच्या कार्यालयात जाऊन पोहोचलो. त्या संस्कृती बिल्डिंगच्या पाठीमागच्या साईडला मोठे पटांगण होते. तिथे प्रकाशनाचा समारंभ आयोजित केला होता. अजून उद्‌घाटकांचे आगमन व्हायचे होते; पण पटांगणात सतरंजीवर बऱ्याच लोकांनी गर्दी केली होती. थोड्याच वेळात संचालक मंडळ तसेच साहित्य सल्लागार मंडळाचे सदस्य येऊ लागले, तसेच विरोधी पक्षाची काही नेते मंडळी येऊन पोहोचली. तशी लाऊड स्पीकरवरून घोषणा झाली की, प्रमुख पाहुण्यांचे आगमन केवळ १० मिनिटांत होत आहे. त्या नंतर कार्यक्रमास सुरुवात होईल.

बरोवर ८.०५ मिनिटांनी श्री. हेमंत बडकस विरोधी पक्षनेते यांचे आगमन झाले.संचालक मंडळ तसेच साहित्य सल्लागार मंडळाचे सदस्यांना व्यासपीठावर बोलावण्यात आले. श्री. हेमंत बडकस यांच्या हस्ते दैनिक नवी पहाटच्या प्रथम अंकाचा प्रकाशन सोहळा संपन्न झाला. श्री. बडकस यांनी पूर्ण सहकार्याचे आश्वासन दिले. त्यांनी भाषणात म्हटले की, खूप वर्षांच्या अंतराने दैनिक नवी पहाटच्या निमित्ताने महाराष्ट्रीय वृत्तपत्राच्या क्षितिजावर, एका नवीन ताऱ्याचा उदय होत आहे. ही अतिशय आनंदाची गोष्ट आहे. मला या ठिकाणी आवर्जून सांगावेसे वाटते की, हे दैनिक नवी पहाट वृत्तपत्र व्यवसायाच्या क्षेत्रात आपले स्वतःचे एक वेगळे स्थान निर्माण केल्याशिवाय या ठिकाणी राहणार नाही. मी या ठिकाणी आश्वासन देऊ इच्छितो की, माझे या ठिकाणी जे जे सहकार्य लागेल ते ते देण्याचा मी प्रयत्न करीन. पुन्हा एकदा या वृत्तपत्रास शुभेच्छा देतो आणि आपला निरोप घेतो. जय हिंद, जय महाराष्ट्र.

संचालक मंडळाचे अध्यक्ष श्री. संग्राम पाटील यांच्या भाषणानंतर कार्यक्रम संपल्याचे घोषित करण्यात आले. पहिले दोन–तीन महिने वृत्तपत्र चांगले चालले; पण जशा सरकारी जाहिराती जास्त मिळू लागल्या. शहरातील जी प्रमुख वृत्तपत्रे होती. त्यांनी त्रास देण्यास सुरुवात केली. त्यांनी सर्वांत आधी श्री. प्रभुदास शहा यांना त्यांच्या कार्यालयात बोलावून घेतले आणि त्यांना सांगण्यात आले की, तुम्ही दैनिक नवी पहाटची छपाई बंद करा.आम्ही तेवढ्याचं मोलाचे काम तुम्हास देऊ; पण श्री. प्रभुदास शहा संचालक मंडळावर असल्याने त्यांनी मी स्वतः संचालक असलेल्या वृत्तपत्राची छपाई मीच कशी बंद करू असे सांगून नकार दिला. ही गोष्ट संचालक मंडळाच्या सभेत श्री. प्रभुदास शहा यांनी सांगितली आणि त्यांना धमकीचे फोन येत आहेत असेही सांगितले. हा विषय संचालक मंडळाच्या सभेच्या कार्यवृत्तात घेण्यात आला आणि पोलीस स्टेशनमध्ये रीतसर तक्रार नोंदविण्यात आली.तसेच दैनिक नवी पहाटमध्ये ही बातमी पहिल्या पानावर छापण्यात आली.

याचा परिणाम असा झाला की, धमक्या बंद झाल्या; पण एक दोनदा प्रिंटिंग प्रेसमध्ये येणाऱ्या न्यूज प्रिंटचे ट्रक वेळेत पोहोचू दिले नाहीत. विद्युत मंडळास सांगून, त्या भागातील वीजपुरवठा खंडित करण्यात आला. जेणेकरून वर्तमानपत्र उशिरा वाचकांपर्यंत पोहोचेल आणि खप कमी होईल. न्यूज-प्रिंट पेपर घेऊन येणाऱ्या गाडीचा, अपघातही घडविण्यात आला.

त्यानंतर न्यूज प्रिंटचा पुरवठा करणाऱ्या वितरकास फोन करून धमकविण्यात आले. त्यांनी सध्याचे कॉंट्रॅक्ट संपल्यावर नवीन करार करणार नाही असे सांगितले, तेव्हा हा प्रकार बंद झाला; पण एक दिवस सगळे न्यूज प्रिंट वितरक भेटावयास आले. त्यांनी आम्ही आता दोन महिनेच न्यूज प्रिंट पुरवू शकू. त्यानंतर आम्ही न्यूज प्रिंट पुरवू शकणार नाही, असे सांगितले. संचालक मंडळ चिंतेत होते. वर्तमानपत्राचा खप खूप वाढला होता; पण आता न्यूज प्रिंट मिळाली नाही तर कसे. या सगळ्यात भरीत भर म्हणून श्री. संग्राम पाटलांनी संचालक मंडळाच्या अध्यक्ष पदाचा राजीनामा दिला. कारण, त्यांना त्यांचा कारखाना चालविणे मुश्किल करून सोडले होते. यादरम्यान टी.व्ही.च्या न्यूजमध्येदेखील दैनिक नवी पहाटचा अंत निकट वगैरे न्यूज येऊ लागल्या.

माझ्यावर कुणाचे काही दडपण नसल्याने मी एखाद्या न्यूज प्रिंट वितरकाला संचालक मंडळावर घ्यावे असे सुचविले. उद्घाटनाच्या दिवशी मी बऱ्याच लोकांसोबत बोललो होतो. त्यात बलराम न्यूज पेपर distributorsचे श्री. बलराम माळवे हे श्री. हेमंत बडकसांच्या नातेसंबंधातील एक असे होते. त्यांच्याशी ओळख झाली होती. मी त्यांना फोन केला आणि प्रस्ताव समोर ठेवला आणि तो त्यांनी मान्य केला. त्यांना संचालक मंडळात सामील करून घेण्यात आले; पण ते खूप मोठे वितरक नव्हते. आमचे काम भागण्यापुरता पुरवठा करू शकत होते.

विधान सभेच्या निवडणुका १५ दिवसांवर येऊ ठेपल्या होत्या. आचारसंहिता लागू असल्याने आम्ही काहीही करू शकत नाही असे बऱ्याच नेत्यांनी सांगितले. जे पालकमंत्री प्रकाशन समारंभास आले नव्हते, त्यांनी हे सारे राजकारण केल्याचे कळले होते; पण काही करता येत नव्हते. श्री. बलराम माळवे आमच्या संचालक मंडळात असल्याने आमचे वृत्तपत्र विरोधी पक्षाचे आहे, असा समज झाला. लवकरच निवडणुकीचे निकाल होते.

विधानसभा निवडणुकांचे निकाल जाहीर झाले. सरकार बदललेले होते. श्री. हेमंत बडकस आता मुख्यमंत्री झाले होते. ते नाशिकचे होते, त्यामुळे शपथविधीपूर्वी ते त्र्यंबकेश्वरास जाऊन आधी दर्शन घेणार होते. मग शपथविधी होणार होता. श्री. गुणवंत पाटील त्यांना भेटावयास गेले. श्री. हेमंत बडकस पाटलांना म्हणाले, ''तुमचं दैनिक नवी पहाट काय म्हणतंय, तिकडे तुम्ही गुढीपाडव्यास दैनिक नवी पहाट सुरू केले आणि इकडे राजकीय क्षेत्रावर नवी पहाट झाली.''

पाटलांनी त्यांना एकंदर परिस्थिती सांगितली, तेव्हा ते म्हणाले की, तुम्ही काळजी करू नका. एकदा माझा मुख्यमंत्री म्हणून शपथविधी झाला की, मी स्वतः यात जातीने लक्ष घालीन. १५ दिवसांतच परिस्थिती पालटली होती. जे वितरक न्यूज प्रिंट देऊ शकत नाही म्हणत होते. तेच नवीन करार करावयास आले होते. दैनिक नवी पहाट पुन्हा जोरात सुरू झाले. एक दिवस गुणवंत पाटील माझ्या ऑफिसला आले म्हणाले की, सर, तुमचे दैनिक नवी पहाटच्या यशात आणि वाटचालीत खूप मोठे योगदान आहे. पहिले हे की, तुम्ही श्री. प्रभुदास शहा यांना संचालक मंडळावर घेण्यास सांगितले. दुसरी गोष्ट म्हणजे तुम्ही श्री. बलराम माळवेना आपल्या संचालक मंडळात घेतले. सध्या मी अध्यक्ष आणि मॅनेजिंग डायरेक्टर ही दोन्ही पदे सांभाळत आहे. संचालक मंडळाचा निर्णय झाला आहे की, तुमचे एकंदर कार्य पाहता, तुम्हाला मॅनेजिंग डायरेक्टर म्हणून नियुक्त करायचे ठरविले आहे. आता नाही म्हणू नका. अभिनंदन. माझ्या मनात आले जे घडणार आहे ते आपण टाळू शकत नाही. मी संचालक व्हायला नाही म्हटले आणि आता मॅनेजिंग डायरेक्टर झालो. घरी आलो आणि राजश्रीला म्हटले की, मी आता मॅनेजिंग डायरेक्टर झालो. आज काही तरी गोडधोड कर, तेव्हा हो आज करणार कारण तुमची रिटायरमेंट ही तुमच्या जीवनाची संध्याकाळ न ठरता, आता नवी पहाट ठरली आहे.